இங்கே எதற்காக?

இயக்குநர் ஜெயபாரதி

டிஸ்கவரி புக் பேலஸ் பி.லிட்.
கே.கே. நகர் மேற்கு, சென்னை - 600 078.
(பாண்டிச்சேரி கெஸ்ட் ஹவுஸ் அருகில்)
Ph: 044-6515 7525 Mobile: +91 87545 07070

இங்கே எதற்காக?	Inge Etharkaga
ஜெயபாரதி ©	-by Jayabharathi ©
முதல் பதிப்பு : டிசம்பர் 2014	first edition - December 2014
வெளியீடு:	published by:
டிஸ்கவரி புக் பேலஸ் பி.லிட்.,	Discovery Book Palace Pvt. Ltd.
கே.கே.நகர், சென்னை.	K.K.nagar, Chennai.
புத்தக அளவு : டெமி1/8	book size : demy 1/8
பக்கங்கள் : 182	pages : 182
விலை : 150.00	Price : Rs. 150.00

ISBN : 978-93-84301-08-8

நூலழகு : பாலகணேஷ் / 90030 36166

DISCOVERY BOOK PALACE PVT.LTD.
K.K.Nagar West, Chennai - 600 078.
(Near Pondicherry Guest House)
Mail: discoverybookpalace@gmail.com
Online: www.discoverybookpalace.com
Ph: 044-6515 7525 Mobile: +91 87545 07070 / 6060

இங்கே எதற்காக?

மகாபாரதத்தில் விதுரன் என்று ஒரு கதாபாத்திரம். வியாசருக்கும், பணிப்பெண்ணுக்கும் பிறந்தவன் அவன். தரும தேவன் அம்சம். விதுர நீதி என்ற தலைப்பில் அவன் கூறியவை வாசகர்களை பெரிதும் கவரும்.

நீதிக்கு புறம்பாக உயிரே போனாலும் அவன் வேறு ஒரு முடிவு எடுக்க மாட்டான். என்ன தான் அவன் நல்லதைச் சொன்னாலும் அந்த கால கௌரவர்களும் சரி, இக்கால மக்களாகிய நாமும் சரி வாழ்க்கையில் அவற்றை கடைபிடிக்க மாட்டோம்.

மகாத்மா காந்தியை வணங்குவோம். ஆனால் அவர் கடைபிடித்த எளிமையை, நேர்மையை, ஒழுக்கத்தை, சத்தியத்தை நாம் ஒதுக்கி விடுவோம்.

அதே போல் தான், மனித குலத்தின் மேன்மையான, உயர்வான, சத்தியம் சார்ந்த விஷயங்களை கலைப் படமாக ஒருவர் உருவாக்கி திரையிட்டால், அதை அனைவரும் ஏகோபித்து ஆதரிக்கமாட்டோம். இது ஒரு வகையில் சாபம் தான். அப்படி தமிழ் ரசிகர்களால் அலட்சிய படுத்தபட்டவர்களில் நண்பர் ஜெயபாரதி அவர்களும் ஒருவர்.

பள்ளி நாட்களிலேயே தானே நாடகம் எழுதி நண்பர்களோடு மேடையில் நடித்தவர் ஜெயபாரதி. பெருமை மிகு பெற்றோர் து. ராமமூர்த்தி-சரோஜா ராமமூர்த்தி. இருவருமே தமிழ் எழுத்தாளர்கள்.

எம்.ஜி.ஆர்- பத்மினி நடித்த 'விக்கிரமாதித்தன்'-படத்தின் ஒரு பகுதி திரைக்கதையை சரோஜா ராமமூர்த்தி அவர்களை எழுத பணித்தார்.

பள்ளியில் இவர் படித்த காலத்தில் பக்கத்து வீட்டில் வசித்தவர் ஆந்திரா Hero என்.டி. ராமாராவ் அவர்கள். எம்.ஜி.சக்ரபாணியின் மகன் இவரது கல்லூரி தோழன். இந்த விஷயங்கள் எதுவுமே சினிமாவை நோக்கி இவரை நகர்த்தவில்லை.

ஓவியக்கல்லூரியில் நான் படித்த காலத்தில், என்னைக் கவர்ந்த வங்காள இயக்குநர்கள் சத்யஜித்ரே, மிருணால் சென், ரித்விக்

கட்டக், தபன் சின்ஹா போன்றோர். இந்த மேதைகளே இவரை திரையுலகின் பால் ஈர்த்திருக்கின்றனர்.

டைரக்டராக இவர் பொறுப்பேற்று பணியைத் துவங்கிய கால கட்டத்தில் இயக்குநர் கே.பி. அவர்கள் தன்னுடைய - 'மூன்று முடிச்சு'- 'பட்டினப் பிரவேசம்' படங்களில் நடிக்க அழைப்பு விடுத்தார். அதை ஏற்க இயலாமல் போயிற்று.

'அவள் அப்படித்தான்' என்ற ஒரே படத்தின் மூலம் கலா ரசிகர்கள் நெஞ்சங்களில் சிம்மாசனம் போட்டு அமர்ந்த - சமீபத்தில் அகால மரணமடைந்த ருத்ரையா அவர்களின் இரண்டாவது படத்தில் கதாநாயகனாக நடித்து பாதியில் நீக்கப்பட்டது இன்னொரு துரதி-ஷ்ட சம்பவம்.

'குடிசை' என்ற தலைப்பில் தனது முதல் படத்தை கல்லூரி மாணவ மாணவியரிடம் நன்கொடை வசூலித்து எடுத்தார். இன்று அந்தக் கலைப்படம் மத்திய அரசு காப்பகத்தில் பாதுகாக்கப் படுகிறது. 'குடிசை'-யைத் தொடர்ந்து 7 படங்கள் எழுதி இயக்கியிருக்கிறார். தேசிய அங்கீகாரத்தை இரண்டு முறை இவர் படங்கள் பெற்றன. சுமார் 60 சிறுகதைகள், 2 நாவல்கள் எழுதி வெளியிட்டுள்ளார்.

மத்திய அரசிற்காக 2 ஆவணப் படங்கள் மற்றும் தூதர்ஷனுக்காக சாகித்ய விருது பெற்ற 'வேள்வித்தீ 'யை படமாக்கித் தந்துள்ளார்.

Film Finance Corporation - நிதி உதவிக்காக 28 வயதில் பம்பாய் சென்று ரிஷிகேஷ் முகர்ஜியையும், டெல்லியில் ஐ.கே.குஜரால் அவர்களையும், கோழிக் கோட்டிலிருந்து வெறிவரும் 'மாத்ரு பூமி' மலையாள இதழ் ஆசிரியரையும் சந்தித்திருக்கிறார்.

தமிழில் ஒரு யதார்த்த சினிமாவை உருவாக்கி வெற்றி பெறவேண்டும் என்ற வெறியே காரணம்.

சத்யராஜ், வடிவேலு, விவேக் போன்றவர்கள் இவர் படைப்புகளில் பங்குபெற ஆர்வம் காட்டினர். "ஸ்ரீவித்யா எப்போது அழைத்தாலும் வந்து நடித்து கொடுப்பேன்" என்றார்- அகால மரணமடைந்தார்.

'குடிசை'- ஜெயபாரதி என்ற அடைமொழி வேண்டாம். இயக்குனர் ஜெயபாரதியாகப் புகழ் பெறவேண்டும் என்று இளையராஜா வாழ்த்தினார்.

'இங்கே எதற்காக' இருக்கிறீர்கள், மலையாளத்தில் இந்தப் படங்களை இயக்கியருந்தால் கோபுரத்தில் வைத்து உங்களை கொண்டாடியிருப்பார்கள் என்றார் கவிஞர் வைரமுத்து அவர்கள்.

65 வயதில் 'இங்கே எதற்காக'- மாற்று சினிமாவை இயக்கி, வாழ்க்கையை ஒரு போராட்டமாக செலவழித்தேன் என்று உள்மனம் கேட்டுக் கொண்டே இருக்கிறது ஜெயபாரதிக்கு...

'இதுவும் கடந்து போகும்'- அவருக்கும் ஒருநாள் விடியல் தோன்றும் என்று நாம் வாழ்த்துவோம்.

அன்புடன்
சிவகுமார்

தீரம் மிகுந்த இளைஞனின் கதை

தமிழ்ப் பத்திரிகை உலகில் எழுதப்படாத விதி ஒன்று இருந்தது. திருவள்ளுவரே கூட பயன்படுத்திய இலக்கியச் சொல் என்றாலும் கூட மயிர் என்ற சொல்லை அப்படியே எழுத அன்றைய எழுத்தாளர்கள் தயங்குவார்கள். பத்திரிகை ஆசிரியர்கள் அதைப் பார்த்த மாத்திரத்திலே நீக்கிவிட்டு, ரோமம், முடி என்ற சொற்களை அந்த இடத்தில் போட்டுத் திருத்துவார்கள். அதைப் போல வேறு சில வார்த்தைகளும் உண்டு. கல்கி, ஆனந்த விகடன் ஆசிரியராக இருந்த போது அந்தப் பத்திரிகையில் ‘பிணம்’ என்ற சொல் வரக்கூடாது என கட்டளை விதித்திருந்தார் என்று அவரது மாணவரும் எனது ஆசிரியருமான சாவி எங்களுக்குச் சொல்லியிருக்கிறார். அது போன்ற ஒரு ‘அமங்கல வழக்கு’ அல்லது அமங்கலச் சொல் சுடுகாடு.

எனது நண்பர் ஜெயபாரதி, முன்பு தினமணிக் கதிரில் ஒரு சிறு-கதை எழுதியிருந்தார். அதன் தலைப்பு ‘அந்த தெருவின் முடிவில் சுடுகாடு!’

கதைக்குள்ளேயே பயன்படுத்தப்படக்கூடாது என்று கருதப்பட்ட ஒரு சொல் தலைப்பிற்கே வந்து விட்டது! நெடுங்காலமாக பத்திரிகை உலகில் இருந்த ஒரு வழக்கத்தை உடைத்து எறிந்தார் ஜெயபாரதி. அதுவும் சாவி ஆசிரியராக இருந்த இதழிலேயே!

இருப்பதை மாற்று (Change the status qou) என்பதுதான் ஜெயபாரதியின் செயல்கள் எல்லாவற்றின் பின்னால் இருக்கும் தத்துவம்.

இலக்கியத்தில், சினிமாவில், பத்திரிகைளில், சமூகத்தில் ஏன் அரசியலில் கூட மாற்றங்களை விரும்பிய இளைஞர்களாக நாங்கள் - பாலகுமாரன், சுப்ரமண்ய ராஜு, ஜெயபாரதி, நான்- இயங்கி வந்தோம். எங்களது இலக்கிய உணர்வை அன்றைய இலக்கியச் சிற்றிதழ்கள் கூர்மைப்படுத்தின. எங்களுக்குத் தெளிவையும் நம்பிக்கையையும் அவை அளித்தன. ஆனால் அந்தச் சிறுபத்திரிகைகளின் கோஷ்டிகளுக்குள் நாங்கள்

ஐக்கியப்பட்டுவிடவில்லை. சிவனுக்கோ, விஷ்ணுவுக்கோ, லட்சுமிக்கோ, சரஸ்வதிக்கோ யாருக்குப் பூஜை செய்தாலும், பிள்ளையாரைக் கும்பிட்டுத் தொடங்குவது போல, அன்றைய இலக்கியக் கூட்டங்கள் அநேகமாக சில 'மணிக்கொடி' எழுத்தாளர்களின் உச்சாடனத்தோடு தொடங்கும். ஆனால் நாங்கள் அதற்கு எங்களை தத்துக் கொடுத்ததில்லை.

நாங்கள் நால்வருமே எந்தக் கூட்டத்திலும் எவ்வளவு பெரிய ஜாம்பவான்கள் இருந்தாலும், மக்கள் செல்வாக்குப் பெற்றவர்கள் இருந்தாலும், தயங்காமல் எங்கள் எண்ணங்களை வெளிபடுத்தக் கூடியவர்கள். எங்கள் நால்வரில் ஜெயபாரதிக்கு எங்கள் எல்லோரையும் விடத் 'துணிச்சல்' அதிகம்.

அப்போது கே. பாலச்சந்தரின் நாடகங்கள் மிகப் பிரபலமானவை. அவர் திரை உலகில் கால் வைத்திருந்த நேரம். அவரது மேடை நாடகங்களில் மேஜர் சுந்தர்ராஜன், நாகேஷ், சிவக்குமார், சௌ-கார் ஜானகி போன்ற பிரபல நட்சத்திரங்கள் நடித்து வந்தார்கள். அதனால் அவரது நாடகத்திற்கு எப்போதும் கூட்டம் குவியும்.

பாலச்சந்தர் தனது நாடகங்களில் ஒரு பாணியைப் பின்பற்றி வந்தார். அவரது கதாபாத்திரங்கள் முழு நீள ஆங்கில வாக்கியங்களை அல்லது மேற்கோள்களை வசனமாகப் பேசுவார்கள். தமிழ் நாடகங்கள்தான், ஆனால் தமிழன் ஆங்கிலம் பேசுவது ஒரு பெருமைக்குரிய விஷயமாகக் கருதப்பட்ட காலம். இந்த பாவனை (Vanity) எங்களுக்கு எரிச்சலாக இருந்தது.

பாலச்சந்தரின் இந்தப் பாணியை மிகக் கச்சிதமாக நிறைவேற்றிக் கொண்டிருந்தவர் மேஜர் சுந்தர்ராஜன். அதனால் அவர் ஆங்கிலத்தில் ஏதாவது வசனம் பேசினால் உடனே அதைத் தமிழிலும் மொழிபெயர்த்து அதே பாவத்தோடு பேசுவார். பல சமயங்களில் பொழிபெயர்ப்பு அபத்தமாக இருக்கும்.

அப்போது தான் அவரது ஏதோ ஒரு நாடகம். பெயர் நினைவில்லை. ஷேக்ஸ்பியரின் What's in a name? A rose Is a rose. That which we call a rose by any other name would smell as sweet. என்ற வரிகளை நகலெடுத்தது போன்ற வசனத்தை மேஜர் உதிர்த்துவிட்டு, உடனே அதை மொழிபெயர்க்கிறார். "ரோஜா, ஒரு ரோஜா, அது ஒரு ரோஜா'' என்பதைப் போல இருந்தது மொழி பெயர்ப்பு.

ஜெயபாரதிக்குத் தாங்க முடியவில்லை. இருக்கையிலிருந்து எழுந்து “Please don’t translate!” என்று மேடையைப் பார்த்து உரக்கச் சொன்னார். ஜெயபாரதி ஏற்கனவே நல்ல உயரம். அவர் எழுந்து நின்றால் கவனிக்காமல் இருக்க முடியாது. அவர் எழுந்து நின்று, மொழி பெயர்க்காதே என்று சொன்னதும் மேஜர் கடுப்பாகி விட்டார். காட்சியை மறந்து, வசனத்தை மறந்து, “Ask the authour!” (எழுதியவனைப் போய்க் கேள்) என்று பதிலுக்கு மேடையிலிருந்தே இரைந்தார்.

இதைப் படிக்கிறவர்களுக்கு ஜெய் (ஜெயபாரதியை நாங்கள் இப்படித்தான் அழைப்போம்.) ஒரு கோபக்காரர் எனத் தோன்றலாம். ஆனால் அவர் அபார நகைச்சுவை உள்ளவர். அவர் எழுதிய ஒரு கதையில் ஒரு பாத்திரம். ‘அவன் காரில் போவதைப் பார்த்தால் என் மனது ஏன் சுடுகிறது? Am I A கம்யூனிஸ்ட்? நோ! ஐ ஆம் ஒன்லி அ டைப்பிஸ்ட்!’ என்று ஒரு பாத்திரம் பொருமும். கணையாழியில் அவர் எழுதிய சினிமா விமர்சனங்களில் இந்த நகைச்சுவை கூர்மையாக வெளிப்படும். 70 களில் தமிழ்ப் படங்களில் பாலியல் வன்முறைக் காட்சிகள் சகஜம். பாலியல் வன்முறை, அப்புறம் கதாநாயகி அல்லது கதாநாயகனின் தங்கச்சி கர்ப்பம் என்று கதை பின்னுவார்கள். அதைக் குறித்து ஏதோ ஒரு கதையில் “நம் கதாநாயகர்கள் பொலி மாடு மாதிரி. எவரையும் ஒரு புணர்தலில் கர்ப்பம் ஆக்கி விடும் ஆண்மை கொண்டவர்கள்” என்பதைப் பேல எழுதியிருந்ததாக ஞாபகம்.

மேலே நான் குறிப்பிட்டுள்ள கதை எழுபதுகளில் நான் தொகுத்த ‘ஒரு தலைமுறையின் 11 சிறுகதைகள் என்ற தொகுப்பில் இடம் பெற்றுள்ளது. நான் அப்போது நடத்திக் கொண்டிருந்த ‘வாசகன்’ என்ற சிற்றிதழின் வெளியீடாக அந்தத் தொகுப்பு வெளிவந்தது. ஆதவன், பாலகுமாரன், வண்ணதாசன், சுப்பரணிய ராஜூ, ஜெயபாரதி, மாலன், இந்துமதி, சிந்துஜா, எம். சுப்ரமணியன், கலாஸ்ரீ, அக்ரிஷ் ஆகியோரின் கதைகள் கொண்ட அந்தத் தொகுப்பின் அட்டைப் படத்தை பாலகுமாரன் வரைந்திருந்தார்.

அந்தத் தொகுப்பை ஒரு விழா வைத்து வெளியிட்டோம். அந்தத் தொகுப்பை சுஜாதா வெளியிட, கரிச்சான் குஞ்சு பெற்றுக் கொண்டார். கே. பாலச்சந்தர், எங்கள் அபிமான இசையமைப்பாளர்

எம்.பி. ஸ்ரீநிவாசன், கமல்ஹாசன் சிறப்புரை ஆற்றினார்கள். அந்த விழாவில ஒரு புதுமையையும் நாங்கள் அறிமுகம் செய்திருந்தோம். புத்தகம் வெளியிடப்பட்ட அரங்கில் ஓர் ஓவியக் கண்காட்சியையும் ஏற்பாடு செய்தோம். செய்தவர் ஜெயபாரதி. அங்கு காட்சிப்படுத்தப்பட்ட ஓவியங்களை வரைந்தவர் மனோ-பாலா (இன்றைய நடிகர் - இயக்குநர்)

அந்த விழாவைப் பற்றி ஆனந்த விகடன், கல்கி, பிலிமாலயா போன்ற இதழ்கள் விரிவாக எழுதின. பலர் பங்கேற்ற அந்தத் தொகுப்பைப் போல, ஏன் ஒரு குறும்படத் தொகுப்புக் கொண்டு வரக் கூடாது என்று எனக்குள் ஒரு எண்ணம் எழுந்தது. ஐந்து அல்லது ஆறுபேர் ஒவ்வொருவரும் ஒரு மூன்றி லிருந்து ஐந்து நிமிடம் அளவிற்கு வெவ்வேறு கதையம்சம் கொண்ட ஒரு குறும் படம் தயாரிப்பது, அதை எல்லாம் தொகுத்து ஒரு ஆல்பமாக வெளியிடுவது என்று யோசித்தோம்.

அந்த நாட்களில் 'குறும்படம்' என்ற கருத்தாக்கமே (concept) கிடையாது. அதற்கான வசதிகளும் கிடையாது. முழு நீளத் திரைப் படங்கள் அவை கதைப்படங்களானாலும் சரி, ஆவணப்படங்க ளானாலும் சரி 35MM ல் தான் தயாரிக்கப்படும். அப்போது வீடியோக்கள் அறிமுகமாகியிருக்கவில்லை. பணக்கார வீட்டுக் கல்யாணங்கள் 8mmல் படம் பிடிக்கப்படும். நான் 16mmல் தயாரிப்பது என முடிவு செய்தேன்.

நான் தயாரித்து இயக்க நினைத்த படத்தின் கருவாக, நகரவாழ்க்கை எப்படி இயந்திரத்தனமாக இருக்கிறது, அதிலிருந்து விடுபட நினைக்கும் இளைஞன் எப்படி இயற்கையில் இளைப்பாறுகிறான், ஆனால் இந்த இளைப்பாறுதல் எப்படித் தற்காலிகமானது. கடல் அலைகள் கடலுக்குத் திரும்புவது போல அவன் அவனது இயந்திர வாழ்க்கைக்குத் திரும்பித்தான் ஆக வேண்டியிருக்கிறது என்பது.

எங்கள் புத்தக வெளியீட்டு விழாவில் பேசிய சுஜாதா, ஜெயபாரதியின் கதையைக் குறிப்பிட்டுப் பேசும்போது, அதில் எக்சிஸ்டென்ஷியலிச இழை இருக்கிறது என்று சொன்னார். எனக்கு அந்த இளைஞனின் பாத்திரத்திற்கு ஜெயபாரதி பொருத்தமானவராக இருப்பார் எனத் தோன்றியது. கேட்டேன். உற்சாகமாக ஒப்புக் கொண்டார்.

பரங்கிமலை ரயில் நிலையத்தில் துவங்கி கடற்கரையில் படப்பிடிப்பு முடிந்தது. ஜெயபாரதி கதாபாத்திரமாக நன்றாகவே வாழ்ந்தார். பின்னாளில் முழுநீளத் திரைப்படமாக குடிசையை தயாரிக்கும் உந்துதல் எழ இந்த அனுபவம் உதவியிருக்கலாம்.

குடிசை ஒரு வித்தியாசமான முயற்சி. அதற்கு முன்னர் மாற்று சினிமா என்று தமிழில் அதிகம் இல்லை. 70களில் தமிழ் சினிமா வணிகத்தின் வசம் இருந்தது. பெரிய நட்சத்திரங்களின் கால்ஷீட், விநியோகஸ்தர்களின் முதலீடு, பெரிய தயாரிப்பு நிறுவனங்களின் ஆதரவு இருந்தால்தான் படம் தயாரிக்க முடியும் என்ற நிலை இருந்தது. அன்று மாற்று சினிமாக்களாக வெளிவந்தவை கூட இந்த நிர்பந்தங்களினால் ஓரளவு சமரசத்திற்குட்பட்டே வந்தன.

ஆனால் ஜெயபாரதி இதை எல்லாவற்றையும் நிராகரித்துவிட்டு குடிசையை உருவாக்கும் முயற்சியில் இறங்கினார். கமலா காமேஷ், ராஜி, டெல்லி கணேஷ் போன்ற அப்போது அறிமுகமில்லாத நடிகர்களை முக்கியப் பாத்திரங்களுக்குத் தேர்ந்தெடுத்தார். இன்று கிரெவுட் ஃபண்டிங் (Crowd Funding) என்று சொல்லப்படும் மக்களிடமிருந்து பணம் திரட்டி படம் தயாரிக்கும் முறையை அப்போதே செய்தார். கதையும் கிளுகிளுப்பிற்கும் கவர்ச்சிக்கும் இடமில்லாத விளிம்பு நிலை மனிதர்களின் வாழ்க்கையைச் சித்தரிக்கும் கதை. குடிசை ஒரு பொழுது போக்கு படமல்ல. கலைப்படைப்பு. ஆனால் ஒரு தீரமிக்கப் படைப்பு. முழுக்க முழுக்க எதிர்நீச்சல் போட்ட படைப்பு. அந்தப் படைப்பின் உக்கிரம் ஜெயபாரதி என்ற அருமையான சிறுகதை எழுத்தாளனைக் காவு கேட்டது.

இன்று பேசப்படுகிற, கொண்டாடப்படுகிற பல விஷயங்களுக்கு முன் ஏர் நடத்திய பெருமை ஜெயபாரதிக்கு உண்டு. மாற்று சினிமா, விளிம்பு நிலை வாழ்க்கையைத் திரையில் பதியும் பின் காலனித்துவ முயற்சிகள், மக்கள் முதலீட்டில் திரைப்படம் தயாரித்தல், வணிகமயமாகிவிட்ட கலை உலகின் நிர்ப்பந்தங்களை நிராகரித்தல் ஆகியவற்றிற்கான முயற்சிகளை நாற்பது ஆண்டுகளுக்கு முன்னரே மேற்கொண்டவர் ஜெயபாரதி. அன்று அவர் வசம் பெரிய பொருளாதாரப் பின்புலம் இல்லை. யாரிடமும் துணை இயக்குநராகப் பணிபுரிந்ததில்லை என்பதால் திரை உலகின் நெளிவு சுளிவுகளைப் பற்றிய அனுபவம் இல்லை. இன்றைய

இளைஞர்களுக்கு வாய்த்திருக்கும் தொழில்நுட்ப சாதனங்கள், சந்தை வாய்ப்புகள் இல்லை. அன்று அவரிடம் இருந்ததெல்லாம் இருப்பதை மாற்ற வேண்டும் என்ற தாகமும், அதற்கான துணிச்சலும்தான். அந்த தாகத்துடனே தன் வாழ்க்கை முழுக்கப் பயணித்து வருகிறார் அவர்.

ஜெயபாரதியின் இந்த நூல், இறந்த காலத்தின் சரித்திரம் மட்டுமல்ல; எதிர்காலத்திற்கு வெளிச்சம் தரும் விளக்கும் கூட.

வாழ்த்துக்கள் ஜெய்!

அன்புடன்

மாலன்.

சமர்ப்பணம்

து. ராமமூர்த்தி

தந்தை

சரோஜா ராமமூர்த்தி

தாய்

ரவீந்திரன் ராமமூர்த்தி

அண்ணன்

DISCLAIMER

நான் சொல்லப் போவதெல்லாம் உண்மை. உண்மையைத் தவிர வேறொன்றும் இல்லை.

இது இறைவன் மீது ஆணை!.

லெனின்

கலைகள் எல்லாவற்றிலும் சினிமாக் கலையே நமக்கு மிக முக்கியமானது.

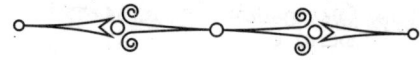

மிருனாள் சென்

என்னால் அதிகம் பேர் பார்க்கும் படி-யான படம் எடுக்க முடி-யாது. ஏனெனில், நான் ஒரு Commited film maker. எல்லா டைரக்டர்களுக்கும் தன்னுடைய மக்களிடத்தும் தேசத்தின் மேலும் ஏதாவது ஒரு வகையில் Commitment இருக்க வேண்டும்.

நான் படித்த பள்ளியின் பெயர் ராமகிருஷ்ணா உயர்நிலைப் பள்ளி, வடக்குக் கிளை, தமிழ் மீடியம். என் நெருங்கிய வகுப்புத் தோழன் இன்றைக்கு காங்கிரஸ் கட்சியில் பிரபலமாக இருக்கும் ஈ.வி.கே.எஸ். இளங்கோவன். இன்னொரு வகுப்புத்தோழன் அன்று மிக பிரபலமாக விளங்கிய நடிகை சி.கே. சரஸ்வதியின் மகன் சந்திரமோகன்.

என் பள்ளிக்குப் பக்கத்து வீட்டில்தான் நடிகர் என். டி. ராமாராவின் வீடு. அவருடைய தெலுங்கு ரசிகர்கள் திருப்பதிக்குப் போய் மொட்டை அடித்துக் கொண்டு நேராக சென்னையில் உள்ள என். டி. ராமாராவைத் தரிசிக்க பஸ்களில் வருவார்கள். என். டி. ஆர் தன் வீட்டு பால்கனியில் நின்று தன் ரசிகர்களுக்கு தரிசனம் தருவார்!. ஆம், தெலுங்கு ரசிகர்கள் என். டி. ஆரை ராமராக, கிருஷ்ணராகவே பார்த்தார்கள். அவரைத் தரிசித்த ரசிகர்கள் கற்பூரம் ஏற்றி தரையில் விழுந்து வணங்கினார்கள்!.

என். டி. ராமாராவ் வீட்டில் ஒரு மாமரம் காய்த்துக் குலுங்கிக் கொண்டிருக்கும். நாங்கள் கல்லை விட்டு அடித்துக் கீழே விழும் மாங்காய்களைப் பொறுக்கிக் கொண்டு வகுப்புகளுக்கு ஓடுவோம்.

ஒரு நாள் கூடை கூடையாக என். டி. ஆர் வீட்டிலிருந்து மாங்காய்களைக் கொண்டு வந்து தலைமை ஆசிரியர் அறையில் வைத்து விட்டு போனார்கள்.

'இனிமேல் மாங்காய்களை கல்லால் அடித்து சாப்பிட வேண்டாம். மாணவர்கள் ஆசைப்படுவதால் எல்லோருக்கும் இவைகளை வினியோகம் செய்யுங்கள்' என்று என். டி. ஆர் கொடுத்தனுப்பினார். மாணவர்கள் மீது என். டி. ஆருக்குத்தான் என்ன கருணை?

அவர் பகவான் கிருஷ்ணன் இல்லையா?.

எங்கள் பள்ளிக் கூடத்திலிருந்து சற்று தூரம் போனால் மின்சார ரயில் போகும் தடத்தில் (கோடம்பாக்கம் ரயில் நிலையம் அருகில்) ஒரு ரயில்வே கேட், இப்போது அங்கே மேம்பாலம் கட்டப்பட்டு விட்டது. இந்த மேம்பாலம் தான் சென்னை நகரின் முதல் மேம்பாலம். இப்போது இந்த மேம்பாலத்தை லிபர்ட்டி (தியேட்டர்) பிரிட்ஜ் என்று சொல்லுகிறார்கள்.

மதியம் டப்பாவில் அம்மா கொடுத்தனுப்பிய உணவை அவசர அவசரமாக சாப்பிட்டு விட்டு ரயில்வே கேட் அருகே போய் நிற்பேன் நான். கோடம்பாக்கம் ஸ்டுடியோக்களில் காலை படப்பிடிப்பை முடித்துக்கொண்டு மதிய உணவிற்காக நீளமான (ப்ளைமவுத்) கார்களில் செல்லும் சினிமா நட்சத்திரங்களை ஆவலுடன் மாணவர்களாகிய நாங்கள் பார்ப்போம்.

எம்.ஆர்.ராதா

"இதோ சிவாஜி... இதோ முத்துராமன்... அது தங்கவேலு..."

"ஆ... இது எம். ஆர். ராதா"

எம். ஆர்.ராதா தன் காரிலிருந்து இறங்கினார். முண்டா பனியன், அண்டர் வேர், தலை நிறைய முடி, கருப்பான தோற்றம்!.

சினிமாவில் பார்ப்பதற்கும் நேரில் பார்ப்பதற்கும் சம்மந்தமேயில்லையே!.

"என்னடா... எந்த ஸ்கூல்? படிக்கிற பசங்களாடா நீங்க? உருப்படுவீங்களா? நாங்க பொழப்புக்கு கூத்தாடிட்டு வரோம்... எங்களைப் பார்க்க ரயில்வே கேட்கிட்டே நிக்கிறீங்களே... வெக்கமாயில்லே? சீ... போங்கடா ஸ்கூலுக்கு!.

பாவ மன்னிப்பு, பாகப்பிரிவினையின் காட்சிகளைப் போலவே இருந்தது!.

இந்தக் கால கட்டங்களில் என் தாயார் அமரர் திருமதி சரோஜா ராமமூர்த்தியும் என் தந்தை அமரர் து. ராமமூர்த்தி யும் மிகப் பிரபலமாக விளங்கிய தமிழ் எழுத்தாளர் தம்பதிகள். இவர்களின் படைப்புகளைப் பிரசுரிக்காத தமிழ்ப்பத்திரிக்கைளே இல்லை அன்று.

எம். ஜி. ஆர் அவர்கள் 'விக்கிரமாதித்தன்' என்ற படத்தில் விக்கிரமாதித்தனாகவும், பத்மினி 'முத்து நகை' என்ற கதாபாத்திரத்திலும் நடிப்பதாக இருந்தது. முத்துநகை கதாபாத்திரத்தை மட்டும் ஒரு பெண் எழுத்தாளர் திரைக்கதையில் எழுதினால் மிகச் சிறப்பாக இருக்கும் என்று நினைத்த எம். ஜி. ஆர், சரோஜா ராமமூர்த்தியை எழுதச் சொல்லுங்கள் என்று சில நபர்களை எங்கள் வீட்டுக்கு அனுப்பி வைத்தார்.

முதலில் தயங்கிய என் அம்மா, கடைசியாக ஒப்புக் கொண்டார்கள். எழுதி முடித்ததும் எம். ஜி. ஆர் அனுப்பிய அதே நபர்கள் வீட்டுக்கு வந்து எழுதியவற்றை வாங்கிக் கொண்டு சென்றார்கள்.

"மிகசிறப்பாக எழுதியிருக்கிறார்... ஆனால் நான் நாத்திகன்... ஆகவே கடவுள் இல்லை என்கிற மாதிரி விக்கிரமாதித்தன் (எம். ஜி.ஆர்.) பேசுவதைப் போல சில காட்சிகளையும் எழுதித்தரச் சொல்லுங்கள்" என்று சொல்லி அனுப்பினார். ஆனால் என் தாயார் தன்னால் அப்படியெல்லாம் எழுதித் தர முடியாது என்று மறுத்து விட்டார்.

என் பெரியப்பாவின் பெயர் கிருஷ்ணமூர்த்தி. அவரை 'தம்பு' என்று கூப்பிடுவார்கள். சுமாராகத்தான் படித்திருந்தார். கல்யாணமும் கடைசி வரை செய்து கொள்ளவில்லை.

ஜெமினி அதிபர் எஸ். எஸ் வாசன் அவர்கள் தன் அடுத்த படத்திற்கு புது முகங்களைத் தேர்வு செய்து கொண்டிருக்கிறார் என்று கேள்விப்பட்ட என் பெரியப்பா தம்பு, சென்னை சைதாப்பேட்டையில் பஸ் ஏறி ஜெமினி ஸ்டுடியோவிற்குப்

போனார். ஆனால் அவர் போய்ச் சேர்வதற்குள் வாசன் அவர்கள் கணேசன் என்பவரைத் தேர்ந்தெடுத்து விட்டதாக சொல்ல, பெரியப்பா ஏமாற்றத்துடன் வீடு திரும்பியிருக்கிறார்.

"நான் கொஞ்சம் முன்னாடி போயிருந்தா நான்தான் தமிழ்த் திரை உலகின் காதல் மன்னனாக இருந்திருப்பேன்" என்பார் அடிக்கடி.

ஒரு நாள் என் தந்தை தான் எழுதிய 'காஷ்மீரிலிருந்து கன்னியாகுமரி வரை' என்ற திரைக்கதையை என்னிடம் கொடுத்து 'வீனஸ் பிக்ச்சர்ஸ் அதிபர் ரத்தினம் ஐயரிடம் நீ எழுதியதாக சொல்லிக் கொடுத்துப் பார்' என்று என்னை அனுப்பினார்.

வீனஸ் ரத்தினம் ஐயர் எங்கள் குடும்பத்தில் யாருக்கோ தூரத்து உறவு என்றும் சொன்னார் என் தந்தை. என்னால் வீனஸ் கிட்டுவைத்தான் சந்திக்க முடிந்தது. "இப்போது இந்திப்படம் எடுத்துக் கொண்டிருக்கிறோம்... பிறகு பார்க்கலாம்" என்று கூறி என்னை அனுப்பி விட்டார் கிட்டு.

தமிழ்த் திரை உலகுடன் என்னை இணைத்துக் கொள்ள, மேலே சொன்ன நிகழ்ச்சிகள் காரணமாக இருக்குமோ என்றால் நிச்சயம் இல்லை என்றுதான் கூறுவேன்.

பின் எதுதான் என்னை திரைப்படம் என்கிற சக்தி வாய்ந்த ஊடகத்தைக் கையில் எடுத்துக் கொள்ளத் தூண்டியது?.

நானும் மற்ற மாணவர்களும் எஸ்.எஸ்.எல்.சி தேர்வு எழுதத் தயாராகிக் கொண்டிருந்தோம். அந்த ஆண்டு எப்படியோ எல்லாக் கேள்வித்தாள்களும் திருட்டுத் தனமாக 'அவுட்' ஆகி தமிழ் நாட்டு மாணவர்கள் கைகளில் சிக்கின!.

கேள்வித்தாள்களை விலை கொடுத்து வாங்கி வினியோகம் செய்த மாணவன் எங்கள் பள்ளி மாணவன் என்று சம்மந்தப்பட்ட அதிகாரிகளுக்குத் தெரிந்து போய் எங்கள் பள்ளி மாணவர்களை தேர்வில் வெற்றி பெறச்செய்து மதிப்பெண்களை மிகக் குறைவாகப் போட்டதால் நிறைய மாணவர்களால் கல்லூரிகளில் பி. யு. சி யில் சேர முடியாமல் ஓராண்டு வீணாகியது!.

எந்தக் கல்லூரியிலும் இடம் கிடைக்காமல் வீட்டில் வெறுமனே

இருப்பதை விட்டு நாமும் நாடகம் ஏதாவது போடலாம் என்று நானும் நண்பர்களும் முடிவு செய்தோம்.

'புது வாழ்வு' (இது என்ன இப்படி ஒரு தலைப்பு?) என்ற நாடகத்தை நான் எழுதி ஒத்திகை பார்த்து சென்னை வாணிமகாலில் மேடையேற்றினோம். நாடகம் சிறப்பாக இருந்ததால், எங்கள் வீட்டின் அருகில் இருந்த - சென்னை பரங்கிமலை அருகில் இருந்த ஆதம்பாக்கத்தில் - ஏ.ஜே. எஸ். நிதி பள்ளியின் ஆண்டு விழாவில் எங்கள் நண்பர் ஜெயராமன் என்கிறவர் எழுதித்தந்த 'சொல்லிச் செய்த கொலை' என்ற நாடகத்தை நடத்தி உள்ளூரில் பிரபலமானவர்கள் ஆனோம்.

கைலாசம்-சுப்ரமண்யராஜு-ஜெயபாரதி புது வாழ்வு நாடகத்தில்

சென்னை கோடம்பாக்கத்தில் உள்ள ஹபிபுல்லா சாலையில் இருக்கும் ராமாராவ் கலா மண்டபத்தில் வியட்நாம் வீடு சுந்தரம் எழுதிய நாடகத்தை மேஜர் சுந்தர்ராஜன் தன் நாடகக் குழுவை வைத்து நடித்தார்.

நானும் எழுத்தாளர் சுப்ரமண்ய ராஜுவும் நாடகம் பார்க்கப் போனோம். இந்த நாடகத்தில் வியட்நாம் வீடு சுந்தரம் நிறைய ஆங்கில வசனங்களை எழுதி யிருந்தார். மேஜர் சுந்தர்ராஜன் ஆங்கில வசனங்களைப் பேசிவிட்டு உடனே அதை தமிழில் மொழி பெயர்த்து நடித்துக் கொண்டிருந்தார்.

ஜெயபாரதி-சிறந்த நடிப்புக்கு பரிசு பெற்றபோது

WHAT IS YOUR NAME?,

அதாவது உன் பெயர் என்ன ?

WHERE ARE YOU FROM?

அதாவது நீ எங்கேயிருந்து வருகிறாய்?

இப்படி எல்லா ஆங்கில வசனங்களை உடனே தமிழிலும் மொழி பெயர்த்து பேசினார்!

எல்லாவற்றிற்கும் சிகரம் போல

ROSE IS A ROSE IS A ROSE IS A ROSE !

அதாவது ரோஜா, ஒரு ரோஜா, ஒரு ரோஜா,

இப்படி அவர் பேசினதும் எரிச்சலடைந்த நான் **DO NOT TRANSLATE!** என்று கத்திவிட்டேன் !

உடனே என் அருகில் அமர்ந்திருந்த சுப்ரமண்யராஜு "தமிழில் மொழி பெயர்க்காதே !" என்று நான் பேசிய ஆங்கிலத்தை மேஜர் ஸ்டைலில் மொழி பெயர்த்துக் கத்தினான்.

நடந்து கொண்டிருந்த நாடகம் தடைபட்டு நின்றது.

மேடையில் நடித்துக் கொண்டிருந்த மேஜர் சுந்தர்ராஜன் ரசிகர்களைப் பார்த்து " யார்டா கத்தியது" என்றார் கோபமாக.

நிறைய பேர் அரங்கத்தினுள் எங்களைத் தேட ஆரம்பித்தனர் . ஆனால் எப்படியோ சமாளித்து நானும் என் நண்பனும் கலா மண்டபத்தை விட்டு வெளியேறினோம்.

இந்த நிகழ்சிக்குப் பிறகு மேஜர் சந்தர்ராஜன் 'துக்ளக்' பத்திரிக்கையின் பேட்டியில் மிக கடுமையாகத் தாக்கியிருந்தார்.

"நாடகம் பார்க்க வரும் பெண் ரசிகர்கள் புரிந்து கொள்ள வேண்டும் என்பதால் மொழி பெயர்க்கிறேன்!" என்று பெண்கள் ஆங்கில அறிவு இல்லாதவர்கள் போல் பேட்டியில் சொல்லி யிருந்தார்.

நான் மேஜரின் இந்த மனப் போக்கைக் கடுமையாக சாடி ஒரு கட்டுரை வடிவத்தில் எழுதி, ஆசிரியர் 'சோ' விடம் தந்தேன்.

“என்ன தைரியம் உனக்கு, இந்த ஒல்லியான உடம்பை வச்சுக்கிட்டா தைரியமா கத்தினே” என்று கிண்டல் செய்தார் சோ.

அடுத்த இதழ் ‘துக்ளக்’ பத்திரிக்கையில் தலையங்கத்திற்கு அடுத்ததாக நான் எழுதியிருந்ததற்கு முக்கியத்துவம் தந்து பிரசுரித்து என் வீட்டு விலாசத்தையும் அடியில் போட்டு விட்டார் சோ.

நான் எழுதியதற்கு அவர் கொடுத்திருந்த தலைப்பு “மேஜர் சுந்தர்ராஜன் நாடகத்தில் கத்தியது நான் தான்!”.

துக்ளக் பத்திரிகையில் பிரசுரமான என் விளக்கத்தைப் படித்த மேஜர் சுந்தர்ராஜனின் ரசிகர்களிடமிருந்து நிறைய கடிதங்கள் வர ஆரம்பித்தன.

அதில் ஒன்று, “நடிப்பில் சிறந்த மேஜர் சுந்தர்ராஜனையா குறை கூறினாய்.. வந்து உன்னை உதைக்கிறேன் !”

அந்த நாட்களில் நாடகம் மற்றும் சினிமாத் தொழிலை ஈனத் தொழிலாகக் கருதினார்கள். அதனால்தான் பல திரைப்பட இயக்குநர்கள் தங்கள் பெயருக்குப் பின்னால், தாங்கள் பெற்ற பட்டத்தை பி ஏ, எம் ஏ, பி.எஸ்.சி என்று போட்டுக் கொண்டு, படித்தவர்களும் சினிமாத்துறையில் இருக்கிறார்கள் என்று ரசிகர்களுக்கு தெரியப்படுத்தினார்கள்.

உதாரணத்திற்கு -

பி. மாதவன் பி.ஏ

ஏ.சி. திருலோகச்சந்தர் எம். ஏ

கே. பாலசந்தர் பி.எஸ்.சி.

இவர்கள் எழுதி இயக்கிய படங்களில் இடை இடையே ஆங்கில வசனங்களும் இடம் பெற்றிருந்தன! ஆனால் எந்த இயக்குனரும் பெண்களுக்கு ஆங்கிலமே தெரியாது என்று பெண்களை மட்டம் தட்டவில்லை!.

மிகக் குறைந்த மதிப்பெண்கள் பெற்றதால் கல்லூரியில் சேர முடியாமல் ஓராண்டு வீனாகப் போன போது, நான் மேடையேற்றிய நாடகத்தின் ஒரு சிறிய ‘மலரை ’ வெளியிட்டேன். நான் எங்கே

சென்றாலும் அந்த 'மலரின்' பிரதிகளை என்னிடம் வைத்துக் கொண்டிருப்பேன். எதிரில் தெரிந்தவர்களைப் பார்த்தால் உடனே ஒரு மலரை அவருக்கு அளித்துக் கொண்டிருந்தேன்!

சென்னை தி.நகரில் இருக்கும் கிருஷ்ண கான சபாவில் நடிகை வெண்ணிற ஆடை நிர்மலாவின் நாட்டிய அரங்கேற்றத்திற்கு சிறப்பு விருந்தினராக எம்.ஜி.ஆர் அவர்கள் தன் துணைவியார் வி.என்.ஜானகி அவர்களுடன் வந்திருந்தார்.

இடைவேளையின் போது எம்.ஜி.ஆரிடம் நான் கொண்டு வந்திருந்த மலரின் பிரதியைத் தந்தேன். எம்.ஜி.ஆரும் அதைப் பெற்றுக் கொண்டார்.

"என்ன செய்துகிட்டு இருக்கே?" என்று எம்.ஜி.ஆர் என்னிடம் கேட்டார்.

"நான் படித்துக் கொண்டிருக்கிறேன் !" என்றேன்.

"படிக்கறப்போ இதெல்லாம் எதற்கு? முதல்லே படிப்பை முடி... பிறகு நாடகமெல்லாம் போடலாம்!" என்றார் எம்.ஜி.ஆர். தன் கணவர் எம்.ஜி.ஆர் இப்படி என்னிடம் சொன்னதும் வி.என்.ஜானகி அவர்கள் சற்று சங்கடப்பட்டுப் போனார்.

"ஏதோ ஆசையா கொடுக்கிறது தம்பி... எதுக்கு அதற்குப் போய்...?" என்று கூறினார். "படிக்கத்தான் சொன்னேன்!" என்றார் எம்.ஜி.ஆர் தன் மனைவியிடம்.

பல படங்களில் எம்.ஜி.ஆர் அவர்கள் படிப்பதன் அவசியத்தை தன் சக கதாபாத்திரங்களிடம் சொல்வதை நான் கவனித்திருக்கிறேன்.

ரிக்ஷாக்காரனில் ரிக்ஷாக்காரனாக உழைக்கும் கதாபாத்திரத்தில் எம்.ஜி.ஆர் நடித்தார், ஆம் அந்த ரிக்ஷாக்காரன் ஒரு பி.ஏ. பட்டதாரி!.

அடுத்த ஆண்டு சென்னை ராயப்பேட்டையில் உள்ள புதுக்கல்லூரியில் சேர்ந்தேன். இந்தக் கல்லூரிக்கு ஒரு விசேஷம் உண்டு. நடிகர் ராதாரவி, நடிகர் ஜெய்சங்கர், நடிகர் கார்த்திக் (முத்துராமன் மகன்) மற்றும் நான் போன்ற சினிமாக் கலைஞர்கள் படித்த கல்லூரி இது!

இந்தக் கல்லூரியில் படித்தபோதும் சினிமா என்னை விடவில்லை! எம்.ஜி.ஆரின் அண்ணன் நடிகர் எம்.ஜி. சக்ரபாணியின் மகன் சந்திரசேகர் என் நெருங்கிய நண்பனானான்.இவன் மூலமாக எம். ஜி. ஆரை நேரில் பார்த்து விடலாம் என்றால் இவன் என்னை தன் வீட்டுக்கு அழைத்து போய் தன் தந்தை எம். ஜி. சக்ரபாணியை அறிமுகப்படுத்தினான்.

"நல்லா படிக்கிறீங்களா... உன்னைப் பார்த்தா ஐயர் வீட்டுப் பிள்ளை மாதிரி இருக்கு... என் பையன் ஒழுங்கா காலேஜுக்கு வரானா?" என்று கேட்டார். கல்லூரிப் படிப்பு முடிந்ததும் என் தந்தை தான் பணிபுரியும் மத்திய அரசின் Accountant General ஆபிஸில் குமாஸ்தா வேலைக்கு எனக்காக முயற்சி செய்தார். என் தந்தையுடன் பணிபுரிந்தவர் "எதுக்காக நாம முப்பது வருஷமா குப்பை கொட்டற எடத்துக்கு உன் பையன் வேலைக்கு வரணும்?"என் மாப்பிள்ளைக் கிட்டே சொல்லி சுந்தரம் கிளைட்டன் என்கிற டி.வி.எஸ் கம்பெனியில் பையனுக்கு வேலை வாங்கித் தரேன்" என்று கூறி, உடனே அங்கே எனக்கு வேலை கிடைக்கும்படி செய்தார்.

சென்னையில் பாடியில் உள்ளது சுந்தரம் கிளைட்டன் நிறுவனம். நான் அப்போது ஆதம்பாக்கத்தில் என் பெற்றோருடன் இருந்தேன் . தினமும் காலை ஐந்து மணிக்கு எழுந்து ரெடியாகி அம்மா தரும் ஒரு கப் காபியை குடித்து விட்டு மின்சார ரயிலில் நுங்கம்பாக்கம் போய், பஸ் ஏறி பாடிக்கு போவேன். மாலை ஐந்து மணிக்கு கம்பெனியை விட்டு வெளியே வந்தால் வரும் பஸ்கள் எல்லாம் நிரம்பி வழிய என்னால் பஸ்ஸில் ஏறமுடியாமல் பாடியிலிருந்து

நடந்தே நுங்கம்பாக்கம் ரயில் நிலையத்துக்கு வருவேன். இன்று மிகப் பிரபலமாக இருக்கும் 'அண்ணா நகர்' அன்று மிகப்பெரிய ஏரி. இந்த ஏரிக்குள் இறங்கி நடந்து நுங்கம்பாக்கம் செல்வேன்!

இந்த டி.வி.எஸ் கம்பெனியில் நான் பணிபுரிந்த போது கம்பெனியில் நான் மிகவும் பிரபலமான இளைஞனாக இருந்தேன். நான் அணிந்து கொள்ளும் சார்ட்டின் பாக்கெட் மீது என் அக்கா ஜெய் (JAI) என்று எம்ப்ராய்டரி செய்திருந்தாள். இந்த 'ஜெய்' என்கிற எழுத்து என்னை பிரபலமாக்கியது. இன்று கூட என் பேத்தி என்னை 'ஜெய்... தாத்தா' என்று தான் அழைக்கிறாள்.

ஒரு நாள் அலுவலகத்தில் யாருக்கும் தெரியாமல் மனதில் தோன்றியதை ஒரு வேகத்தோடு எழுதி முடித்தேன் . எழுதிய பின் அதற்கு 'எல்லாருந்தான் கெட்டவா' என்று தலைப்பு கொடுத்து கவிஞர் கண்ணதாசன் தன் பெயரிலேயே வெளியிட்ட 'கண்ணதாசன்' என்கிற இலக்கிய மாத இதழுக்கு தபால் மூலம் அனுப்பி வைத்தேன். ஒரு வாரம் கழித்து என் வீட்டுக்கு ஒரு தபால் கார்டு வந்தது.

"உங்கள் கதை மிக நன்றாக இருக்கிறது, ஆனால் கையெழுத்து தான் படிக்கப் புரியவில்லை. நல்ல கையெழுத்தில் நகல் எடுத்து உடனே அனுப்பவும், கண்ணதாசனில் பிரசுரமாகும். அன்புடன் கண்ணதாசன்..." என்று எழுதியிருந்தது.

மறுநாள் அலுவலகத்திற்குப் போகாமல் நேராக கண்ணதாசன் பத்திரிகை அலுவலகத்திற்கு போனேன்.

கவிஞர் கண்ணதாசன் சிகரெட் புகைத்தப்படி ஹாலில் அமர்ந்து தீவிரமான யோசனையில் இருந்தார்.

"வணக்கம் சார்... என் பெயர் ஜெய்!" என்றேன்.

"நடிக்க சான்ஸ் கேட்டு வந்திருக்கியா?" என்றார் கண்ணதாசன்.

"இல்லை... நீங்க அனுப்பிய தபால் கார்டை கொண்டு வந்திருக்கேன்" என்றேன்.

தபால் கார்டை வாங்கிப் பார்த்தார்.

"என் கதை நல்லாயிருக்குன்னு சொல்றீங்க... கையெழுத்து

புரியவில்லை என்றால் எப்படி படித்தீர்கள்?" என்று கேட்டேன்.

"ரொம்ப புத்திசாலித்தனமா கேக்கறதா நினைச்சு கேக்கறே! உன் கையெழுத்து எனக்குப் புரியறது. ஆனால் அச்சுக்கோக்கிறவனுக்குப் புரியாது, நிமிஷத்துக்கு ஒரு தரம் வந்து சந்தேகம் கேட்பான்... புரியறதா... நல்லா எழுதறே... தைரியமாகவும் பேசறே... நிறைய எழுது" என்றார் கவிஞர் கண்ணதாசன் அவர்கள்.

தண்ணீர் விட்டுப் பிசைந்த களிமண்ணை தன் இஷ்டத்திற்கு வளைத்து பொம்மைகள் செய்யும் கைவிரல்களைப் போல தமிழ் வார்த்தைகளை தன் வசம் வைத்திருக்கும் ஒரு கவிஞர் என் எழுத்தை மனம் திறந்து பாராட்டிய தோடில்லாமல் 'நிறைய எழுது' என்று மறைமுகமாக என்னை ஆசீர்வதிக்கவும் செய்தார். மறு-படியும் கவிஞர் கண்ணதாசன் அவர்களால் ஆசீர்வதிக்கப்பட்டதை பின்னால் கூறுகிறேன்.

1970 ன் தொடக்கத்தில் " கணையாழி"என்கிற இலக்கிய மாத இதழ் இளம் தமிழ் எழுத்தாளர்களுக்கு ஒரு வரப்பிரசாதமாக விளங்கியது. இதன் பதிப்பாளரும் மற்றும் ஆசிரியருமான உயர்திரு. அமரர் கி. கஸ்தூரி ரங்கன் தலை நகர் டில்லியில் நியூயார்க் டைம்ஸ் பத்திரிகையின் சிறப்பு நிருபராக பணியில் இருந்தார். தமிழ் இலக்கியத்தின் பேரில் மிகுந்த ஈடுபாடு கொண்ட இவர் தன் உழைப்பின் மூலம் ஈட்டிய பணத்தில் 'கணையாழி' என்கிற பத்திரிகையை நடத்தி வந்தார். இந்தப் பத்திரிகையை எழுத்தாளர் அசோகமித்திரன் மிகச் சிறப்பாக வடிவமைத்து வந்தார்.

நான் , மாலன், பாலகுமாரன், சுப்ரமண்ய ராஜூ, இந்துமதி, போன்ற இளைஞர்கள் தங்கள் படைப்பாற்றலை இப்பத்திரிக்கையின் மூலம் தான் வெளிப்படுத்தினோம்.

என்னைத் தவிர மற்றவர்கள் முதலில் இரண்டு வரி மூன்று வரி புதுக் கவிதைகளை எழுதினார்கள். நான் மட்டும் தான் சிறு கதைகளை எழுதினேன்.

ஒவ்வொரு மாதமும் கடைசி சனிக்கிழமையில் ஆழ்வார் பேட்டை எல்டாம்ஸ் ரோட்டில் இருந்த கிருத்தவக் கலைத் தொடர்பு மையத்தில் இலக்கிய சிந்தனை என்ற பெயரில் லட்சுமணன், பா. சிதம்பரம் என்ற இரண்டு வசதி படைத்த சகோதரர்கள் ஒவ்வொரு மாதமும் தமிழ்ப் பத்திரிக்கைளில் பிரசுரமான சிறுகதைகளை ஒரு எழுத்தாளர்அல்லது விமர்சகர் மூலமாக பரிசீலித்து அந்த மாதத்து சிறந்த சிறுகதைகளில் ஒன்றை தேர்ந்தெடுத்து, அந்தச் சிறுகதையை எழுதின எழுத்தாளருக்கு அன்பளிப்பாக ஐம்பது ரூபாய் அளித்துக் கௌரவித்தார்கள். இப்படி ஒவ்வொரு மாதமும் தேர்ந்தெடுக்கப்பட்ட பன்னிரண்டு சிறுகதைகளை ஒரு தொகுப்பாக புத்தக வடிவில் பிரசுரித்து, சென்னை ஏ. வி. எம்.இராஜேஸ்வரி திருமண மண்டபத்தில் விழாவை நடத்தி இந்த பன்னிரண்டு சிறுகதைகளில் ஒன்றைத் தேர்ந்தெடுத்து அதைப் படைத்த எழுத்தாளரைக் கௌரவப்படுத்தினார்கள்.

இன்றும் இந்த இலக்கிய சிந்தனை என்கிற அமைப்பு சிறப்பாக இயங்கி வருகிறது.

கணையாழி பத்திரிகையில் எழுதியவர்களை "கணையாழி எழுத்தாளர்கள்" என்று கூறவும் செய்தார்கள். மேலே ஆரம்பத்தில் நான் குறிப்பிட்ட ஐந்து பேரும் கணையாழி எழுத்தாளர்கள் தான். நான் கணையாழியில் எழுதிக் கொண்டிருந்தாலும், மிக விரிவான வாசகர் பரப்பை அடைந்த தினமணி கதிரில் சிறுகதைகளை எழுதியதால் மற்ற நால்வரை விட மிக வேகமாக பிரபலமானேன், மேலும் 'குடிசை' படத்தை தயாரித்து இயக்கவும் ஆரம்பித்த போது இன்னும் என் பெயர் பிரபலமாயிற்று.

"உன் வளர்ச்சியைப் பார்த்து நானும் சுப்ரமண்ய ராஜுவும் வயிற் றெரிச்சல் பட்டோம்!" என்று பாலகுமாரன் என்னிடம் வெளிப்படையாகச் சொன்ன போது எனக்கு அதிர்ச்சியாக இருந்தது!

சுப்ரமண்ய ராஜு என் தங்கையை மணம் புரிந்து கொண்டவன். ஆனாலும் என் வளர்ச்சியின்மீது அவனுக்கு ஏன் பொறாமை ஏற்பட்டது என்று புரியவில்லை!.

சுப்ரமண்ய ராஜு

நான் 'குடிசை' படத்தை மிகப் பெரிய போராட்டம் செய்து முடித்து பிரத்தியேகக் காட்சியை ஏற்பாடு செய்து பலருக்குத் திரையிட்டுக் காட்டினேன். அந்தக் காட்சிக்கு வந்திருந்த சுப்ரமண்ய ராஜு, படம் ஆரம்பமாகி திரையில் "இயக்கம் ஜெயபாரதி" என்று திரையில் தோன்ற ஆரம்பித்தவுடன் படத்தைப் பார்க்க விருப்பமில்லாமல் இருட்டில் எழுந்து வெளியேறினான்,

இருந்தாலும் 24-C வேதபுரம் முதல் வீதி படத்தில் சுப்ரமண்ய ராஜுவை வரவழைத்து கங்கை அமரன் இசையில் ஒரு பாடல் எழுத வைத்தேன். பின்னணிப் பாடகி எஸ். ஜானகி, சுப்ரமண்ய ராஜு எழுதிய பாடலை மிக அற்புதமாகப் பாட, பாடல் ஒலிப்பதிவு செய்யப்பட்டது. சுப்ரமண்ய ராஜு எழுதிய பாடலின் முதல் வரி - மூடி வைத்த வீணையில் முனகும் ராகங்கள்...

சுப்ரமண்ய ராஜு எழுதிய இந்த முதல் வரி ஒரு ஜப்பானிய Iq கவிதை மாதிரி இருந்தது! ஆம் சுப்ரமண்ய ராஜு மிகவும் உயர்ந்த படைப்பாளி என்று நான் சொல்லிக் கொள்வதில் பெருமை கொள்கிறேன்.

எழுத்தாளர் இந்துமதி சென்னை சபையர் தியேட்டரில் குடிசை படத்தை என்னோடு அமர்ந்து பார்த்தபோது “ இயக்கம் ஜெயபாரதி” என்று திரையில் பார்த்தபோது, உரக்க விசில் அடிக்க வாயில் விரலை வைத்து முயன்றார்!

“என்ன இந்து... ஆம்பளை மாதிரி விசில் அடிக்கப் பாக்கறே?” என்று நான் கேட்ட போது ...

“ என் நண்பன் ஒரு திரைப்படத்தை பாடுபட்டு இயக்கி வெற்றி கரமாக ரிலீஸ் செய்ததைப் பார்த்து சந்தோஷப்படாமல் வேற என்ன செய்யணும்?” என்றார் இந்துமதி!.

நான் எழுதி அனுப்பிய அம்மாவுக்கு ஒரு புடவை மற்றும் ‘அந்தத் தெருவின் முடிவில் ஒரு சுடுகாடு’ என்ற இரண்டு சிறு-கதைகளும் கணையாழியில் அடுத்தடுத்துப் பிரசுரமாயிண.

கதைகளைப் படித்துவிட்டு ஒரு வாசகர் ‘யார் சார் இந்த ஜெய்... நிறைய எழுதச் சொல்லுங்கள்’ என்று ஆசிரியருக்குக் கடிதம் போட்டிருந்தார். ‘அந்தத் தெருவின் முடிவில் ஒரு சுடுகாடு’ இந்த நூற்றாண்டின் தலை சிறந்த நூறு தமிழ் சிறுகதைகள் என்ற தொகுப்பில் இடம் பெற்றது.

“ஜெயபாரதியின் இந்தக் கதையைப் படித்த போது சினிமா என்கிற மீடியத்தின் தாக்கம் அற்புதமாக வெளிப்பட்டிருப்பதைப் பார்க்க முடிந்தது.” என்று எழுத்தாளர் சுஜாதா பராட்டினார்.

கண்ணதாசன், கணையாழியில் வெளியான என் சிறுகதை களைப் பலர் பாராட்டியதாலோ என்னவோ டி.வி.எஸ். வேலை எனக்கும் பிடிக்காமல் போனது!

ஒரு நாள் அலுவலகம் போகாமல் சென்னை தி.நகரில் காலை டிபனை முடித்துக் கொண்டு தபால் ஆபிஸ் திறக்கும் வரை காத்திருந்து, திறந்ததும் என் ராஜினாமாக் கடிதத்தை அங்கேயே எழுதி அலுவலகத்திற்கு அனுப்பிவிட்டு மவுன்ட்ரோடு தியேட்டர் ஒன்றில் சினிமாப் பார்க்கப் போனேன்.

என் ராஜினாமாவை ஏற்றுக்கொண்டு, டி.வி.எஸ். கம்பெனி எனக்குச் சேரவேண்டிய தொகையை உடனே அளித்தது.

தினமும் வீட்டிலிருந்து புறப்பட்டு அமெரிக்கன் நூலகம், பிரிட்டிஷ் கவுன்சில் நூலகம், போய் சினிமா சம்மந்தப்பட்ட

புத்தகங்களைப் படிப்பதை வழக்கமாக்கிக் கொண்டேன். ஏன் சினிமா சம்மந்தப்பட்ட புத்தகங்களை நான் படிக்க ஆரம்பித்தேன் என்பது இன்றுவரை எனக்கு புரியாத விஷயமாகவே இருந்து வருகிறது.

சினிமா சம்பந்தப் பட்ட புத்தகங்களைப் படிப்பது போலவே தினம் ஒரு இந்திப்படம் அல்லது ஒரு ஆங்கிலப்படம் என்று பார்க்க ஆரம்பித்தேன்.

ஆனால் தற்செயலாக அரை மனதுடன் 'தாகம்' என்ற ஒரு தமிழ்படத்தைப் பார்க்க நேரிட்டது. நடிகர் முத்துராமன், வங்காள நடிகை நந்திதா போஸ் நடித்த படம் இது. இசையை எம்.பி. சீனிவாசன் செய்திருந்தார். படத்தைப் பார்த்த நான் ஆச்சரியத்தில் மூழ்கிப்போனேன். தமிழ்ப் படமா இது? யதார்த்தமான நடிப்பு, அளவான பின்னணி இசை, அற்புதமான ஒளிப்பதிவு (கருப்பு வெள்ளைப் படம்) ஆகியவை பூரணமாக இருந்து 'சினிமா'வாக இருந்தது. இயக்கியவர் பாபு நந்தன் கோடு என்கிற மலையாளி!

இப்படத்தைத் தயாரிக்க FILM FINANCE CORPORATION (FFC) என்கிற அமைப்பு நிதி அளித்திருந்தது. இந்த FFC மத்திய அரசின் தகவல் மற்றும் ஒளிபரப்பு அமைச்சகத்தின் நேரடிப் பார்வையில் இயங்கிக் கொண்டிருந்தது. தற்போது பெயர் மாற்றம் கொண்டு NATIONAL FILM DEVELOPMENT CORPORTION (NFDC) என்கிற பெயரில் இயங்குகிறது.

'தாகம்' படத்தில் பணிபுரிந்தவர்களில் சிலர் சென்னை அடையாறு திரைப்படக்கல்லூரியில் பயின்றவர்கள் என்பதை அறிந்து அங்கே சென்றேன்.

சினிமாவின் எல்லா தொழில் நுட்பங்களோடு, நடிப்பையும் முறையாகப் பயில்விக்கும் தமிழக அரசின் திரைப்படக்கல்லூரி தான் இது. இக்கல்லூரியில் படித்து தமிழ்த் திரை உலகில் நுழைந்து பிரபலமானவர்கள் தான் இவர்கள்.—

ஒளிப்பதிவாளர் அசோக்குமார்.

ஒளிப்பதிவாளர் பி.சி. ஸ்ரீராம்

நடிகர் நாஸர்

நடிகர் தலைவாசல் விஜய்

ஒளிப்பதிவாளர்கள் ராபர்ட் ராஜசேகரன்

இயக்குனர் ருத்ரையா

இந்தக் கல்லூரியில் நடிப்புத் துறையில் கடைசி ஆண்டில் படித்துக் கொண்டிருந்த ரங்கமன்னார் என்கிற இளைஞர் எனக்கு அறிமுகமானார். ரங்கமன்னாரின் மொத்தக் குடும்பமே (எல்லா ஆண்களும்) ஏதாவது மிக முக்கியமான பதவிகளில் இந்திய ராணுவத்தில் பணியாற்றிக் கொண்டிருப்பவர்கள். வயதான தந்தை தாயுடன் சென்னை குரோம்பேட்டையில் சொந்த வீட்டில் வசித்து வந்தார் ரங்கமன்னார்.

பார்ப்பதற்கு அன்றைய இந்தி நடிகர்களைப் போலவே இருந்தார் ரங்கமன்னார். இவர் குடும்பத்தார் மகனை நடிகராகப் பார்க்க ஆசைப்பட்டு திரைப்படக் கல்லூரியில் சேரச் சொல்லி யிருந்தனர்.

ரங்கமன்னார், நானும் FFC க்கு விண்ணபித்தால் படத்தை இயக்குவதற்கான நிதி உதவியை அது அளிக்கும் என்று கூறியதால் தினமணி கதிரில் நான் எழுதிய 'இரண்டு பேர் வானத்தைப் பார்க்கிறார்கள்' என்ற சிறுகதையை திரைக்கதையாக மாற்றி, எழுத்தாளர் அசோகமித்திரனிடம் கொடுத்து, ஆங்கிலத் தில் மொழிபெயர்த்துத் தரும்படி கேட்டுக் கொண்டேன். அவரும் என் திரைக்கதையில் சில மாற்றங்களைச் செய்து ஆங்கிலத்தில் மொழிபெயர்த்துத் தந்தார். அந்தத் திரைக்கதையை பம்பாயில் உள்ள FFC அலுவலகத்திற்கு பதிவுத்தபால் மூலம் அனுப்பி வைத்தேன். சிபாரிசு இல்லாமல் இங்கே எதுவுமே நடப்பதில்லை என்று தெரிந்திருந்ததால், யாரை அணுகலாம் என்று நானும் ரங்கமன்னாரும் யோசித்தோம்.

ஏ.வி.எம். ஸ்டுடியோவின் ஒரு தளத்தில் தமிழ்ப் படத்தின் படபிடிப்பு ஒன்று நடந்து கொண்டிருந்தது. அதில் நடிகை லட்சுமி நடிக்க சித்ராலயா கோபு இயக்கிக் கொண்டிருந்தார்.

நானும் ரங்கமன்னாரும் உள்ளே சென்றோம். ரங்கமன்னாரைப் பார்த்ததும் எல்லோரும் 'யாரோ இந்தி நடிகர்' வந்திருக்கிறார் என்று நினைத்துவிட்டனர்.

அங்கே நடிகர் நாகேஷ் வந்தார். அவருக்கு மதியம் இரண்டு மணியிலிருந்து தான் படப்பிடிப்பு. இருபத்திநான்கு மணிநேரமும் நடித்துக் கொண்டிருந்த நாகேஷுக்குப் பட வாய்ப்புகள் குறைந்திருந்த சமயம்.

ஜெயபாரதி

வீட்டில் இருக்க முடியாமல் காலையிலேயே வந்து விட்ட தோடல்லாமல் படப்பிடிப்பை நடத்த முடியாமல் 'ஜோக்கு'களை உதிர்த்துக் கொண்டேயிருந்தார்.

என்னையும், ரங்கமன்னாரையும் 'நாகேஷ்க்கு அறிமுகப் படுத்தினார் நடிகை லட்சுமி'.

ஏ.வி.எம். ஸ்டுடியோவின் ஒரு மரத்தடியில் அமர்ந்து நாகேஷ் அவித்த வேர்க்கடலையைச் சாப்பிட்டுக் கொண்டே தன் வாழ்க்கைச் சரித்திரத்தை எங்கள் இருவரிடமும் சொன்னார்.

மதியம் உணவு இடைவேளையின் போது நடிகை லட்சுமி நாங்கள் வந்ததன் நோக்கத்தைக் கேட்டு அறிந்தபின், எங்களை ஏ.வி.எம். நிறுவனத்தின் மொத்த பொறுப்புகளையும் கவனித்துக் கொள்ளும் ரங்கசாமி ஐயங்கார் என்பவரிடம் அறிமுகப் படுத்தினார்.

ரங்கசாமி ஐயங்கார் ஏ.வி.எம். ஸ்டுடியோ லெட்டர் பேடில் விரிவாக ஆங்கிலத்தில் ஒரு கடிதத்தை டைப் செய்து என்னிடம் தந்து வாழ்த்துக்களையும் தெரிவித்துக் கொண்டார்.

இந்திப் பட உலகில் மிகப் பிரபலமாகவும் எல்லோராலும் மதிக்கப் பட்டவருமான தயாரிப்பாளர் இயக்குனர் ரிஷிகேஷ் முகர்ஜி என்பவருக்கு அளித்த கடிதம் அது.\

ரிஷிகேஷ் முகர்ஜி இயக்குனர் மட்டுமில்லை. இந்தியாவின் நம்பர் ஒன் படத் தொகுப்பாளரும் கூட! இவர் நான் விண்ணப்பித்திருக்கும் FFC நிறுவனத்தின் கமிட்டியில் மிக முக்கியப் பொறுப்பில் இருந்தார்.

ரங்கசாமி ஐயங்கார் அளித்த கடிதத்தைப் படித்த நாங்கள், நிஜமாகவே எங்களுக்கு FFCயிடமிருந்துபடத்தை இயக்க நிதி கிடைத்து விட்டது போல சந்தோஷம் அடைந்தோம்.

ரிஷிகேஷ் முகர்ஜி

முதன் முறையாக ரங்க மன்னாருடன் நான் பம்பாய் சென்றேன். எனக்கு இந்தி தெரியாது. ரங்கமன்னார் மிகச் சரளமாக இந்தியும் பேசுவான்.

பம்பாயில் ஒரு லாட்ஜில் தங்கிவிட்டு மறுநாள் காலை பொதுத் தொலை பேசியிலிருந்து நாங்கள் ரிஷிகேஷ் முகர்ஜிக்குப் போன் செய்தோம்.

பம்பாயில் ரிஷிகேஷ் முகர்ஜி ‘கார்’ என்கிற வி.ஐ.பிக்கள் வசிக்கும் பகுதியில் இருந்தார்.

ஏ.வி.எம். ரங்கசாமி ஐயங்கார் கொடுத்த கடிதத்தைப் படித்தார், ரிஷிகேஷ் முகர்ஜி.

ஃபிலிம் பைனான்ஸ் கார்பரேஷனுக்கு மத்திய அரசின் தகவல் மற்றும் ஒளிபரப்பு அமைச்சகத்திடமிருந்து வருடம் தோறும் வர வேண்டிய நிதி இன்னும் வரவில்லை என்றார். ஆகவே டெல்லி போய் அன்றைய தகவல் மற்றும் ஒளிபரப்பு அமைச்சர் I.K. குஜ்ராலைச் சந்தித்து உடனே FFC க்கு அனுப்ப வேண்டிய நிதியை அனுப்புச் சொல்லுங்கள் என்றார் ரிஷிகேஷ் முகர்ஜி.

ரிஷிகேஷ் முகர்ஜி தன்னுடன் எங்கள் இருவரையும் மதிய உணவு சாப்பிடச் சொன்னார்.

“நான்கு பேர் கல்கத்தாவிலிருந்து இந்திப் பட உலகில் கால் பதிக்க வந்தோம். நான் (ரிஷிகேஷ் முகர்ஜி) இசையமைப்பாளர் சலில் சவுத்ரி, இயக்குனர் பாசு சட்டர்ஜி, மற்றும் தயாரிப்பாளர் இயக்குனர் சக்தி சமன்தா. நாங்கள் நால்வருமே பெங்காலிகள். நான்கு பேருமே இந்தி பட உலகில் மிகப் பெரிய வெற்றிகள் பெற்றோம்” என்றார் ரிஷிகேஷ் முகர்ஜி.

இந்தியாவின் முதல் சூப்பர் ஸ்டார் என்று அழைக்கப்பட்ட நடிகர் ராஜேஷ் கன்னா நடித்து, சக்தி சமன்தாவால் இயக்கப்பட்ட படம் தான் ஆராதனா.

ஆமாம். இந்திப் படங்களின் உருவம் உள்ளடக்கம் மிகவும் வித்தியாசமாக இருந்ததற்கு இவர்கள் தான் காரணமாக இருந்திருக்கிறார்கள்.

அன்று ரிஷிகேஷ் முகர்ஜி தயாரித்து இயக்கிய அபிமான் என்கிற திரைப்படத்தை தியேட்டரில் அவர் அருகே அமர்ந்து பார்க்கும் வாய்ப்பு கிடைத்தது எங்களுக்கு. இப்படத்தில் அமிதாபச்சன், ஜெயபாதுரி நடித்திருந்தார்கள்

நானும் ரங்கமன்னாரும் வயதில் ரொம்ப சிறியவர்கள். எந்த சாதனையும் செய்யாதவர்கள். இருந்தாலும் தென்னாட்டிலிருந்து தன்னைப் பார்க்க வந்திருக்கும் இரண்டு இளைஞர்களை அவர் அன்புடன் நடத்திய விதம் கண்டு நான் நெகிழ்ந்து போனேன்.

நாங்கள் இருவரும் டெல்லிக்குப் போனோம். வழியில் ஆக்ராவில் இறங்கிக் கொண்டோம். டிசம்பர் மாதம் என்பதால் மொத்த வட இந்தியாவும் குளிரில் நடுங்கிக் கொண்டிருந்தது.

ஆக்ராவில் ரங்கமன்னாரின் அண்ணன் இந்திய ராணுவத்தின் ஒரு பிரிவான Para Brigade ல் கேப்டனாக இருப்பவர், பெயர் கேப்டன் கல்யாண்.

வட இந்தியாவில் அதுவும் குறிப்பாக நம் தேச எல்லையோரங்களில் ராணுவ வீரர்களுக்கு மக்கள் அளிக்கும் மரியாதையை நான் அன்று நேரில் கண்டு ஆச்சர்யம் அடைந்தேன்.

இந்தியாவின் The Greatest Showman என்று அழைக்கப்படும் ராஜ்கபூரின் 'பாபி' படம் ரிலிஸ் ஆனது. கேப்டன் கல்யாண், நான், ரங்கமன்னார் மூவரும் தியேட்டரில் படம் பார்த்தோம். பிறகு மறுநாள் உலக அதிசயங்களில் ஒன்றான தாஜ்மகாலைப் பார்த்தோம்.

மதுரை மீனாட்சி அம்மன் கோவில் ஏனோ என் நினைவிற்கு வந்தது. இந்தக் கோவில் அல்லவோ இந்தப் பிரபஞ்சத்தின் அதிசயம்?

ஆக்ராவில் இருந்து டெல்லிக்குப் போனோம். எழுத்தாளர் சுப்ரமன்ய ராஜுவின் உறவுக்காரப் பையன் வெங்கட் என்பவன் எங்களைத் தன் அறையில் தங்க வைத்தான். அவன் யார் மூலமாகவோ தகவல் மற்றும் ஒளிபரப்பு அமைச்சர் I.K.குஜ்ராலைச் சந்திக்க ஏற்பாடு செய்து தந்தான். நடுங்கும் குளிரில் நாங்கள் இருவரும் அமைச்சர் இல்லத்திற்கு அதிகாலையில் சென்றோம்.

அப்போது இந்தியப் பாராளுமன்றத்தின் குளிர்காலக் கூட்டத்தொடர் நடந்து கொண்டிருந்தது.

அமைச்சர் I.K. குஜ்ரால் வந்தார். (பின்னாளில் இவர் சில காலம் இந்தியப் பிரதமராகவும் இருந்தார்!) தான் உடனே பார்லிமென்டிற்குப் போக வேண்டியிருப்பதால் நான் சொன்ன விஷயத்தைக் கேட்டுவிட்டு தன் உதவியாளரைச் சந்திக்கச் சொல்லிவிட்டுப் போய் விட்டார்.

அமைச்சரின் உதவியாளர் என்னை கேரளாவில் இருக்கும் எழுத்தாளர் எம்.டி. வாசுதேவன் நாயரை சந்திக்கச் சொன்னார். "He Holds Your Key" என்றார்.

டெல்லியில் எழுத்தாளர் 'இந்திரா பார்த்தசாரதி'யை சந்தித்தோம்.

எம்.டி.வாசுதேவன் நாயர்

எம்.டி. வாசுதேவன் நாயர் FFC யில் திரைக்கதை பரிசீலனைக் குழுவின் தலைவர். இவர் எழுதி இயக்கிய 'நிர்மால்யம்' என்கிற மலையாளப்படம் அந்த ஆண்டின் தலைசிறந்த படமாக தேசிய விருது பெற்றது. மலையாளத்தில் மிகவும் பிரபலமாக இருக்கும் 'மாத்ரு பூமி' பத்திரிக்கையின் ஆசிரியர் இவர்.

கேரளாவில் எந்த ஆட்டோ டிரைவரிடமும் 'எம். டி. வி. வீட்டுக்குப் போ' என்றால் போதும், உடனே ஆட்டோ டிரைவர் நம்மைப் பார்த்து "எம்.டி. வி. சாரை அறியுமோ?" என்று நிச்சயம் கேட்பான்.

இங்கே தமிழ் நாட்டில் வாசகர்களுக்கு எழுத்தாளர்களின் வீடு எங்கே இருக்கிறது என்று தெரியாது! தமிழ் மக்கள் நன்றாக அறிந்திருப்பது நடிகர்களின் வீடுகள் எங்கே இருக்கின்றன என்பதே!

நான் மட்டும் கேரளாவில் உள்ள கோழிக்கோடு சென்றேன். ரங்கமன்னாருக்கு ஊர் ஊராகப் போவது சோர்வை ஏற்படுத்தியிருக்க வேண்டும்.

எம்.டி. வாசுதேவன் நாயர் தன் வீட்டில் எனக்கு மதிய உணவை அளித்தார். நான் அனுப்பியிருந்த திரைக்கதையைத் தான் படித்து விட்டதாகவும் சற்று லேசான சாயலில் தேவ் ஆனந்த் நடித்த 'THE Guide' படம் மாதிரி (மழையில்லாமல் தண்ணீர் பிரச்சினை!) இருக்கிறது என்றார். ஆனாலும் திரைக்கதை தமிழுக்குப் புதிது என்பதால் வருகிற Board Meeting-ல் நிதி அளிக்க ஒப்புதல் அளிக்கிறேன் என்று என்னிடம் கூறினார்.

என் முதல் படம் - நான் இயக்கப்போகும் முதல் படம் மத்திய அரசின் நிதி உதவியில் உருவாகப் போகிறது என்ற மகிழ்ச்சியுடன் சென்னை திரும்பினேன்.

அந்த ஆண்டு 'மூதறிஞர் ராஜாஜி' அவர்களின் நூற்றாண்டு. அவர் எழுதிய 'திக்கற்ற பார்வதி' என்ற சிறுகதையைப் படமாக்க இயக்குனர் சிங்கிதம் சீனிவாசராவ் அதே FFC-யிடம் நிதி உதவி கேட்டிருந்தார். ராஜாஜியை கௌரவப்படுத்த மத்திய அரசின் FFC 'திக்கற்ற பார்வதி' திரைப்படமாக நிதி உதவி அளித்து என் விண்ணப்பத்தை நிராகரித்தது!. 'திக்கற்ற பார்வதி' படம் முடிந்து ரிலீஸ் ஆனது. இதில் நடிகை லட்சுமி நடித்திருந்தார்.

பாரதிராஜா 'மயிலு' என்ற திரைக்கதையைப் படமாக்க இதே FFC-க்கு விண்ணப்பித்திருந்தார். அவருடைய விண்ணப்பமும் நிராகரிக்கப்பட்டது. அவர் உடனே சென்னையிலிருந்து தன் சொந்த ஊருக்குப் போய் ராஜ்கண்ணு என்பவரின் தயாரிப்பில் 'மயிலு' திரைக்கதையை 'பதினாறு வயதினிலே' என்ற தலைப்பில் படமாக்கினார்.

சினிமாவை இயக்க நான் மேற்கொண்ட முயற்சிகள் எனக்குப் பலன் அளிக்காததால் நான் உத்வேகத்துடன் சிறுகதைகளை எழுத ஆரம்பித்தேன். என் சிறுகதைகளை வெளியிட்ட 'ஆசிரியர் சாவி' அவர்கள் என்னை தன் உதவி ஆசிரியராக 'தினமணி கதிர்' அலுவலகத்தில் மாதச் சம்பளத்திற்குக் சேர்த்துக் கொண்டார்.

சென்னை அடையாறு திரைப்படக் கல்லூரியில் எனக்கு அறிமுகமாகி என்னுடைய முயற்சிக்கு பக்கப் பலமாக இருந்த என் நண்பன் ரங்கமன்னாருக்கு இயக்குனர் கே. பாலசந்தர் இயக்கிய 'அவள் ஒரு தொடர்கதை' படத்தில் முக்கிய வேடத்தில் நடிக்க வாய்ப்புக் கிடைத்தது. நான் மிகவும் மகிழ்ச்சி அடைந்தேன். காரணம், கே.பாலசந்தர் அவர்கள் யாரை அறிமுகப் படுத்தினாலும் அவர்கள் நட்சத்திர அந்தஸ்த்திற்கு உயர்ந்து விடுவார்கள் என்பதே.

ஒரு நாள் ஆசிரியர் சாவி என்னிடம் "வெறும் சிறுகதை மட்டும் எழுதிக் கொண்டிருந்தால் போதாது. பேட்டிக் கட்டுரைகள், சினிமா விமர்சனங்கள் போன்றவற்றையும் எழுதினால்தான் ஒருவன் முழுமையான பத்திரிகையாளன் ஆவான். ஆகவே நாளைக்கே கோடம்பாக்கம் ஸ்டூடியோக்களுக்குப்போய் படப்பிடிப்பில் இருக்கும் பிரபல நட்சத்திரங்களை பேட்டி எடுத்துக் கொண்டு வா!" என்றார்.

விஜயாவாஹினி ஸ்டுடியோவுக்குள் என்னைப் போகவிடாமல் செக்யூரிட்டி ஆட்கள் தடுத்தனர். நான் உடனே தினமணி கதிர் அலுவலகம் வந்து ஆசிரியரிடமிருந்து ஒரு அதிகார பூர்வமான கடிதத்தைப் பெற்றுக் கொண்டு வாஹினி ஸ்டூடியோவுக்குள் பிரவேசித்தேன்.

ஏதோ ஒரு படப்பிடிப்பு தளத்திற்குள் (இதுதான் என் முதல் ஸ்டூடியோ அனுபவம்) போனால் ஒரு ஓரத்தில் ஒரு பெண் - படத்தின் கதாநாயகியாக இருப்பார் - ஒரு ஆங்கில நாவலைப் படித்துக் கொண்டிருந்தார். நான் அனுமதிபெற்று அவர் அருகில் நின்று பார்த்தேன்

செல்வி ஜெயலலிதா அவர்கள்!

"எக்ஸ்கியூஸ்மி மேடம், நான் தினமணி கதிர் பத்திரிகை யிலிருந்து வருகிறேன்.!"

"So what?"

'So what ?' என்று அவர் கேட்டதும் அங்கிருந்த மறைந்து, என் ஆசிரியர் சாவி முன் தோன்றி நடந்ததைச் சொன்னேன். அவர் சிரித்துக் கொண்டே 'இதையெல்லாம் பத்திரிகைக்காரன் பழகிக் கொள்ள வேண்டும் . மீண்டும் வேறு எந்த நடிகையாவது பேட்டி எடுத்து வா' என்றார்.

எழுத்தாளர் சுப்ரமண்ய ராஜு சென்னையில் டி.டி.கிருஷ் மாச்சாரி அலுவலகத்தில் பணிபுரிந்து கொண்டிருந்தார். ஒரு நாள் அவர் எனக்கு ஃபோன் பண்ணி ஒரு உதவி செய்ய முடியுமா என்று கேட்டார்.

வெளி நாட்டவர்கள் சிலர் அவர்கள் அலுவலகத்திற்கு வந்திருக் கிறார்கள். மகாபலிபுரம், காஞ்சிபுரத்தில் உள்ள கோவில்கள் என்று அவர்களைக் காரில் அழைத்துப்போய் காட்டியாகி விட்டது. ஆனால் அவர்கள் ஒரு சினிமா படப்பிடிப்பை கண்டிப்பாகப் பார்க்க வேண்டும் என்று நச்சரிக்கிறார்கள். பத்திரிகைக்காரனாக இருப்பதால் சுலபமாக ஸ்டுடியோக்களுக்குள் போய் படப்பிடிப்புகளை அவர்களுக்குக் காட்டமுடியும். இந்த உதவியை செய்ய முடியுமா? என்று கேட்டார் சுப்ரண்ய ராஜு.

அவர்களை காரில் அழைத்துக்கொண்டு ஏ.வி.எம். ஸ்டூடியோ வுக்குப் போனேன். 'இளைய தலைமுறை' என்கிற படத்தின் படப்பிடிப்பில் நடிகர் திலகம் சிவாஜி கணேசன் அவர்கள் நடித்துக் கொண்டிருந்தார்.

நானும் சுப்ரமண்யராஜுவும் சில வெளிநாட்டுக்காரர்களுடன் உள்ளே சென்றதும் எல்லோரும் எங்களையே பார்த்தனர். அப்போது எடுக்கப்பட்ட காட்சி இதுதான்:

கிராமத்தில் ஏழ்மையான குடும்பம், விதவை அம்மா, ஒரு பையன் (சிவாஜி கணேசன்) ஒரு பெண் (புதுமுகம் சங்கீதா) பின்னாளில் இவரை இளைய தலைமுறை சங்கீதா என்று குறிப்பிட்டனர்.

தங்கைக்கு திருமணம் செய்ய செலவிற்குப் பணம் இல்லாததால் அண்ணன் பட்டணம் புறப்படுகிறான் பணம் சம்பாதிக்க.

கையில் ஒரு சிறு பெட்டியுடன் நடிகர் திலகம் புறப்படுகிறார். பூஜை அறையிலிருந்து அம்மா (பண்டரிபாய்) வருகிறார்கள். அண்ணன் தன் அன்புத் தங்கையின்(புதுமுகம் சங்கீதா) கன்னங்களில் பாசத்துடன் லேசாக தட்டுகிறான்.

"இந்தாப்பா! வழிச்செலவுக்கு இந்தப் பணத்தை வச்சுக்க!"

பண்டரிபாய் நடிகர் திலகத்திடம் பணத்தை தர.... சிவாஜி அவர்கள் கையை நீட்ட..... பண்டரிபாய் சில்லறைகளை சிவாஜியின் கையில் வைக்க...

"என்னப்பா இது... சில்லறையை யெல்லாம் தொடச் சொல்லி ஷாட் எடுக்கறீங்க ... ரூபா நோட்டடா தரச் சொல்லுங்கப்பா!"

சிவாஜி கணேசன் நடிக்க மறுத்துவிட்டு தன் நாற்காலியில் போய் அமர்ந்து ஒரு சிகரெட்டைப் பற்ற வைத்துக் கொண்டார்!

மல்லியம் ராஜகோபாலின் திரைக்கதையின் காட்சி இது! படப்பிடிப்புக் குழு முழுவதும் சிவாஜியின் மறுப்பை பார்த்து உறைந்து போனது.

"அண்ணே ... ரொம்ப ஏழைக் குடும்பம் அண்ணே... வழிச் செலவுக்கு அம்மா சாமி உண்டியல்லே போட்டு வச்சிருந்த காசை, உண்டியலை ஒடச்சு கொண்டு வந்து தராங்க அண்ணே.... உண்டியல்லே அவங்க போட்டது சில்லரை காசுகள் தான் அண்ணே.... " மல்லியம் ராஜகோபால் நடிகர் திலகத்திடம் தயங்கி தயங்கி விளக்கினார்.

"என்னப்பா இது சாமி உண்டியல் சில்லறை"

"என்னப் போய் சில்லறையைத் தொடச் சொல்லி ஷாட் எடுக்கறீங்க,? அம்மாகிட்டே ரூபா நோட்டை குடுத்து அதை ஷாட்டுல எனக்குத் தரமாதிரி எடுங்க!"

மீண்டும் ஒரு சிகரெட்டைப் பற்ற வைத்துக் கொண்டு எதிரே தன் படப்பிடிப்பைக் காண வந்திருக்கும் வெள்ளைக்காரர்களிடம் பேச ஆரம்பித்தார்.

"You are from which Country?"

ஜெயபாரதி

Go to Kanchipuram....Big Big Temples .... Very good Statues...You can enjoy and go to Mahabalipuram...."

அழைச்சிட்டுப்போ ராஜா (என்னிடம்) எந்த பத்திரிகையில வேலை பாக்கறே?"

"தினமணி கதிர்"

"Oh.... Dinamani Kadhir

How is your Editor?"

"நான் கேட்டதா சொல்லு ராஜா" (என்னை) மறுபடியும் வெள்ளைக்காரர் களிடம்-

"Are you from USA ?"

"From France"

"I See Very Nice Country!"

நடிகர் திலகம் சிவாஜி அவர்கள் உலக அளவில் பெருமை பெற்ற நடிகர். ஹாலிவுட் நடிகர் மார்லன் பிராண்டோவுக்கு இணையானவர், சிவாஜி அவர்களின் முகத்தில் உள்ள ஒவ்வொரு சதையும் அவர் நடிக்கும் போது அற்புதமாக நகரும். இந்த அற்புத Mobility வேறு எந்த நடிகருக்கும் கிடையாது.

ஆனால் அன்று அவர் ஏன் தன் கைகளில் தந்த சில்லரைக் காசுகளைத் தொடமறுத்து Shot ல் நடிக்க மறுத்தார் என்பதை நான் புரிந்து கொண்டேன்.

நம்மவர்களுக்கு வெள்ளைகாரர்களைப் பார்த்தாலே Ego வில் பிரச்சனை ஏற்பாடும். சிலருக்கு Ego Blot ஆகும்.

அப்படி ஆனதா நம் சிவாஜி சாருக்கு?

சென்னை அருகே இருக்கும் குன்றத்தூரில் 'அவள் ஒரு தொடர்கதை' படத்தின் படப்பிடிப்பு. ரங்கமன்னாருடன் நடிகை சுஜாதா என்கிற புதுமுகம் நடித்தார்.

படப்பிடிப்பில் ரங்கமன்னார் சுஜாதாவை காதல் வயப்பட்டு பார்க்க வேண்டும் என்பது ஷாட். ரங்கமன்னார் நடந்து வந்து தன் இரண்டு கைகளையும் மார்பில் கட்டிக் கொண்டு சுஜாதாவைப் பார்த்திருக்கிறார்.

உடனே "இப்படி வேண்டாம்! இது ஜெமினி கணேசன் ஸ்டைல்" என்று கூற ரங்கமன்னார் தன் இரண்டு கைகளையும் இடுப்பில் வைத்து போஸ் கொடுக்க "இதுவும் வேண்டாம், இந்த மாதிரி நிற்பது அந்த நடிகர் மாதிரி இருக்கிறது" என்று சொல்ல, படப்பிடிப்பை வேடிக்கைப் பார்க்க வந்திருந்த கும்பலில் ஒருவன் "என்னய்யா... இந்தப் பையன் எப்படி நடிச்சாலும், நல்லா இல்லேங்கிறார்... இந்தப் பையன் திரைப்படக் கல்லூரி மாணவன் என்று நேத்து பத்திரிகையில் செய்தி போட்டிருந்தாங்களே", என்று உரக்க சொல்ல, பாலச்சந்தர் கோபப்பட்டு படப்பிடிப்பை ரத்து செய்து விட்டு மறுநாள் ரங்கமன்னாருக்குப் பதிலாக நடிகர் விஜயகுமாரை (மஞ்சுளா கணவர்) 'அவள் ஒரு தொடர்கதையில்' நடிக்க வைத்தார்!

தனக்கு நடந்த இந்த அவமானத்தை என்னிடம் கூறிவிட்டு ரங்கமன்னார் என்னிடம் கூட சொல்லிக் கொள்ளாமல் சென்னையை விட்டுப் போய் விட்டான் என்ற செய்தி வந்ததும் நான் வெகுவாக வருத்தம் அடைந்தேன்.

என் கதை பிரசுரமானால் அன்று மாலையே தினமணி கதிரின் ஒரு நகலை எடுத்துக்கொண்டு மவுண்ட்ரோடில் இருந்த இத்தாலிய விமான நிறுவனமான 'அலிதாலியா' அலுவலகத்திற்குப் பே-ாய்விடுவேன்.

அங்கே வந்திருந்த, சீதா டிராவல்ஸில் பணிபுரிந்து கொண்டிருந்த நாடக இயக்குனர் 'விசு' முந்தைய வாரம் நான் எழுதிவெளியான 'பசி' என்கிற சிறுகதையை என் நண்பர் ராஜாமணியிடம் வெகுவாக பாராட்டிவிட்டு 'யார் இந்த ஜெயபாரதி?' என்று கேட்க, ராஜாமணி விசு அருகேயே அமர்ந்திருக்கும் என்னைக் காட்டி "இவன் தான் ஜெயபாரதி" என்றார். 'விசு' எனக்கு அன்று அறிமுகமானார்.

தபாலில் ஒரு சிறுகதை தினமணி கதிர் அலுவலகத்திற்கு வந்தது. எழுதியவரின் பெயர் சிவசங்கரி. கதை நன்றாக இருந்தது. அதை பிரசுரிக்க செய்தேன்.

சிவசங்கரி அப்போது மவுண்ட்ரோடில் இருந்த Bank Of America வில் பணிபுரிந்து கொண்டிருந்தார்.

தினமணி கதிரில் என்னுடைய 'சத்யா' என்கிற சிறுகதை 'நட்சத்திரக் கதை'யாக பிரசுரமாகியிருந்தது. தன் காரில்

ஜெயபாரதி

சிவசங்கரி தினமணி கதிருக்கு வந்து ஆசிரியர் சாவியிடம் 'யார் சார் ஜெயபாரதிங்கற பெண் எழுத்தாளர்?' என்று கேட்க, சாவி என்னை அழைத்து 'இவன் தான் ஜெயபாரதி' என்று கூற, சிவசங்கரி ஆச்சர்யத்தில் ஒரு வினாடி உறைந்து போனார்.

ஆம், பலரும் என்னை ஒரு பெண் எழுத்தாளர் என்றே நினைத்துக் கொண்டிருந்தனர். மேலும் தமிழ் எழுத்தாளர்களில் முக்கால்வாசிப் பேர்கள் போதிய வருமானம் இல்லாமல் சுமாரான வேட்டியும் மேலே ரொம்ப சுமாரான சட்டையும் அணிந்திருப்பார்கள் அந்த நாட்களில். ஆனால் இந்த தமிழ் எழுத்தாளர்களின் உடைகளுக்கு மாறாக முதலில் பேண்ட், சர்ட் அணிந்து இலக்கியக் கூட்டங்களில் கலந்து கொண்டவர் எழுத்தாளர் 'ஜெயகாந்தன்' அவர்கள்தான்! அவரைத் தொடர்ந்து அடுத்த தலைமுறை தமிழ் எழுத்தாளர்களான நான், சுப்பரமணியராஜு, பாலகுமாரன், மாலன் போன்றோர் பேண்ட், சர்ட் அணிந்திருந்த இளம் வயது தமிழ் எழுத்தாளர்கள்!

ஒரு இலக்கியக் கூட்டத்தில் எழுத்தாளர் ஜெயகாந்தனின் உடையைப் பார்த்து ஒருவர் "எழுத்தாளன் என்கிறீர்கள், 'பேண்ட், சர்ட்' போட்டுக் கொண்டிருக்கிறீர்களே" என்று கேட்க, அதற்கு 'ஜெயகாந்தன்' தன் மீசையை முறுக்கிக் விட்டுக் கொண்டு "என் மூளை கதைகளை படைக்கிறது... என் உடைகள் இல்லை" என்று ஆக்ரோஷமாகச் சொன்னதை நான் பார்த்தேன்!

ஆழ்வார் பேட்டையில் நடிகர் கமலஹாசனைச் சந்திக்க அவர் வீட்டில் அமர்ந்திருந்தேன். வரச்சொல்லியிருந்தார். போயிருந்தேன். என் எதிரே உட்கார்ந்திருந்த சாருஹாசன் ஏதோ ஒரு ஆங்கில நாவலைப் படித்துக் கொண்டிருந்தார்.

"யாரைப் பார்க்கணும்?," என்னிடம் கேட்டார் அவர்.

"கமலைப் பார்க்கணும்" சொன்னேன் நான்.

"உங்கபேரு?" கேட்டார் அவர்.

"ஜெயபாரதி"

"தினமணி கதிர்லே எழுதற ஜெயபாரதியா?"

"ஆமாம்"

அவர் எழுந்து அடுத்த அறைக்குள் போனவர், ஒரு பெண்மணியுடன் வந்தார்.

"ஒவ்வெரு செவ்வாய்க் கிழமையும் (தினமணி கதிர் பத்திரிகை கடைக்கு வரும் நாள்) 'ஜெயபாரதி கதை வந்திருக்கும்' என்று கார்த்தாலேயே பரபரப்பியே... இவர் தான் அந்த ஜெயபாரதி!" என்றார் அந்த பெண்மணியிடம்.

அந்தப் பெண்மணி கமலின் அண்ணி. எல்லோரும் 'மன்னி' என்று தான் சொல்வார்கள். மகள் சுஹாசினி கூட தன் அம்மாவை 'மன்னி என்று தான் சொல்வார்.

மன்னி என்னைப் பார்த்ததும் விக்கித்துப்போய் "Are You Really Jaya bharathy? You look very young and...

சாருஹாசன்

மன்னி சரளமாக ஆங்கிலம் பேசுவார். அவரின் ஆங்கிலப் பேச்சிற்கு தன்னால் ஈடு கொடுக்க முடியாததால் தான் (வக்கீலாக இருந்தாலும்) நிறைய ஆங்கில நாவல்களைப் படிப்பதை வழக்கமாகக் கொண்டிருப்பதாக என்னிடம் சாருஹாசன் சிரித்துக் கொண்டே கூறினார்.

வாரத்திற்கு இரண்டு முறையாவது நான் கமலஹாசனைச் சந்தித்தே ஆகவேண்டும். இல்லையென்றால் 'நடிகருக்கு' (அவர் உதவியாளர் சேஷாத்திரி அப்படித்தான் சொல்வார்) மூட் போய்விடும்!.

கமல் வீட்டு அருகே 'சாம்கோ' என்கிற அசைவ உணவு ஹோட்டல் இருக்கிறது. இன்றும் அது இயங்கிக் கொண்டிருக்கிறது. நான், ராபர்ட், ராஜசேகரன், மனோபாலா, சந்தானபாரதி, பி.சி. ஸ்ரீராம், ஜே. மகேந்திரன், பி.வாசு ஆகியவர்கள் ஏறக்குறைய எல்லா நாட்களின் மாலை வேலைகளில் அங்கே கூடுவோம். அந்த ஹோட்டலில் நாங்கள் சாப்பிட்டது வெறும் டீ தான்!.

அத்தனை பேரும் சினிமா உலகில் கால் பதிக்க அவரவர் வழிகளில் முயற்சி செய்து கொண்டிருந்த நேரம் அது. படப்பிடிப்பை முடித்துக் கொண்டு வீடு திரும்பும் கமல், எங்களுடன் சேர்ந்து கொள்வார்.

சற்றுத் தள்ளி எங்கள் குழுவிலிருந்து விலகி, தன் நண்பர் களுடன் டீ சாப்பிட்டுக் கொண்டிருப்பார் நடிகர் ராதாரவி.

எங்களை 'அறிவுஜீவிகள்' கும்பல் என்றும், அதனால் தான் தன்னால் எங்களை நெருங்கமுடியவில்லை என்றும், பின்னாளில் கூறினார் ராதாரவி என்னிடம்.

'கலைப்படம்' எடுக்கும் எண்ணம் மட்டும் இருந்தாலும் கமர்ஷியல் படங்களையும் பார்க்கவேண்டும் என்று என்னைக் கட்டாயப்படுத்தி தேவி தியேட்டரில் ஓடிக் கொண்டிருந்த ஆக்ஷன் படத்தைப்பார்க்க அழைத்துப் போவார் கமல்.

நிறைய தமிழ் பத்திரிகைகளில் பேட்டிக் கட்டுரைகள் எழுதிக்கொண்டிருந்த செல்லப்பா என்கிற பத்திரிகையாளர் ஒரு நாள் தினமணி கதிர் அலுவலகம் வந்து என்னைச் சந்தித்தார். ஆள்வார் பேட்டையில் 'PHOTO SPOT' என்கிற ஸ்டுடியோவை நடத்திக்கொண்டிருக்கும் இளைஞர் ஆர்.எம். ரமேஷ் என்பவர், என்னைப் பார்க்க விருப்புவதாகச் சொன்னார்.

ஆர்.எம். ரமேஷ்

ஆர்.எம். ரமேஷைச் சந்தித்தேன். தன்னிடம் ஒரு சினிமா தயாரிக்கிற அளவிற்கு பணம் இருப்பதால், தன்னால் 'இரண்டு பேர் வானத்தைப் பார்க்கிறார்கள்' திரைக்கதையைப் படமாக்க முடியும் என்று கூறினார். நான் உற்சாகம் அடைந்தேன். நடிகர் கமலஹாசனை ஹீரோவாக நடிக்க வைத்தால் மட்டுமே தன்னால் தைரியமாக தயாரிக்க இயலும் என்றும் கூறினார் ரமேஷ்.

அன்று மாலையே நாங்கள் கமலைச் சந்தித்தோம். உடனே நடிக்க ஒப்புக்கொண்டார். ரமேஷ் சம்பிரதாயமாக வெறும் ஐநூறு ரூபாயை முன் பணமாகக் கொடுத்தார். இதைக் கேள்விப்பட்ட சாருஹாசன், தம்பி கமலிடம் 'இந்த செய்தி பரவினால் உன் சம்பளத்தை எல்லாரும் குறைச்சுடுவாங்க' என்று கூற அதற்கு கமல் "நான் சம்பளம் வாங்காம கூட ஜெயபாரதி படத்திலே நடிக்கத் தயாரா இருக்கேன்" என்றார்.

அதே ஆழ்வார் பேட்டையில், கவிஞர் கண்ணதாசனின் கவிதா ஹோட்டலில் தேவர் ஹால்.

சித்தப்பாவின் அழுத்தமான அறிவுரையால் தன் முதலீட்டை பாதுகாப்பாகத் திரும்பிப் பெற நினைத்த ரமேஷ், நான்கு பாடல்களை என் படத்தில் சேர்க்க எண்ணி என்னைக் கட்டாயப்

படுத்தி கவிஞர் கண்ணதாசன் எதிரே கொண்டு போய் உட்கார வைத்தார்.

நான், ராபர்ட், ராஜசேகரன், மனோபாலா மற்றும் படத்திற்கு இசையமைக்கப் போகும் 'ஜோய்' என்கிற புதுமுக இசைய மைப்பாளர் மற்றும் என் நண்பர் அலிதாலியா ராஜாமணி ஆகிய அனைவரும் கண்ணதாசனின் வருகைக்காகக் காத்திருந்தோம்.

எங்களைப் போலவே எதிரே இருந்த டீப்பாய் மீது ஒரு விஸ்கி பாட்டில், தண்ணீர் பாட்டில், ஒரு பாக்கெட் சிகரெட் ஆகியவையும் அவருக்காகக் காத்திருந்தது.

வெள்ளை வேட்டி, வெள்ளை ஜிப்பா அணிந்திருந்த கண்ணதாசன் அவர்கள் தன் காரிலிருந்து இறங்கி அங்கே வந்தார்.

நாங்கள் அந்தனை பேரும் எழுந்து நின்று மரியாதை செலுத்தினோம். அருகே கவிஞரின் உதவியாளர் ராம கண்ணப்பன் என்பவர், பேனாவும் காகிதமும் கையில் வைத்துக் கொண்டு அமர்ந்திருந்தார்.

ஒரு ரவுண்டு விஸ்கி சாப்பிட்டார் கண்ணதாசன். சிகெரட்டைப் பற்ற வைத்துக் கொண்டார். "இதுல யாரு டைரக்டர்? எல்லாரும் ரொம்ப சின்னபசங்களா இருக்கீங்களே? நீ தான் இசையமைப் பாளரா?" கண்ணதாசன் கேட்டார்.

நான் எழுந்து நின்றேன் மாணவன் போல.

"நீதான் டைரக்டரா? ஃபிலிம் இன்ஸ்ட்டியூட்லே படிச்சியா?"

"இல்லே... அங்கே படிக்கலே!"

"அப்போ எந்த டைரக்டர் கீழே வேலை பார்த்து டைரக்ஷன் கத்துகிட்டே?"

"யார் கிட்டேயும் வேலை பார்க்கலே!"

"அப்போ எப்படி ஒரு படத்தை டைரக்ட் பண்ணுவே?"

"பண்ணுவேன்... நிறைய புத்தகங்கள் படிச்சு கத்துக்கிட்டேன்!"

"அப்படியா? முதல் சிச்சுவேஷனைச் சொல்லு பார்ப்போம்?"

சொன்னேன்.

கண்ணதாசன்

"நல்லாயிருக்கே!"

இரண்டாவது பெக் விஸ்கி சாப்பிட்டார்.

"ரெண்டாவது சிச்சுவேஷனைச் சொல்லு!" சொன்னேன்.

"இதுவும் நல்லாயிருக்கே. இப்ப மொத்தக் கதையையும் சொல்லு பார்ப்போம்" சொன்னேன்.

"அட, கதை ரொம்ப நல்லாயிருக்கே! யாரோட கதை?"

தினமணி கதிரில் நான் எழுதி வெளியான சிறுகதை என்று சொன்னேன்.

"நீ யாரு?" என்று கேட்டார் கண்ணதாசன்.

"நான்தான் ஜெய், கதை நன்றாக இருக்கிறது. ஆனால் கையெழுத்துதான் புரியவில்லை. வேறு நகல் எடுத்து அனுப்பவும். கண்ணதாசன் இதழில் பிரசுரமாகும்னு எனக்கு லெட்டர் போட்டீங்களே... ஞாபகம் இருக்கா சார்... அந்த ஜெய்தான் 'ஜெயபாரதி'ன்னு பேரைமாத்திகிட்டு இப்போ நிறைய சிறுகதைகள் எழுதிகிட்டு இருக்கேன்."

"பரவாயில்லையே... வளர்ந்துட்டே போல இருக்கே?"

"எல்லாம் உங்கள் ஆசீர்வாதம் தான் சார்!"

மீண்டும் ஒரு தம்ளரில் விஸ்கியையும், தண்ணீரையும் கலந்து அருந்தினார் கவிஞர்.

"முதல் சிச்சுவேஷனுக்கு ட்யூன்போடு" என்று கேட்டதும், புதுமுக இசையமைப்பாளர் ஜோய் ஹார்மோனியத்தில் வாசிக்க —

"ட்யூனும் நல்லாயிருக்கே... கண்ணப்பா, எழுதிக்கோ"

"ஆசை ஒரு மேகம் ராமையா... ராமையா..."

"கண்டாங்கிச் சேலை நிறம் மாற வேண்டும்..."

"கண்டாங்கிச் சேலை நிறம் மாற வேண்டும்..."

இதுக்கு அர்த்தம் இங்க யாருக்காவது தெரியுமா? சென்ஸார் போர்டுல இதை வெட்டச் சொல்லுவாங்க... நான் வந்து வெட்டக்கூடாதுன்னு பேசறேன்..."

"புதுசா கல்யாணம் பண்ணிக்கிட்ட தம்பதிகளோட 'முதல் ராத்திரி' முடிஞ்ச மறுநாள் மணப் பெண்ணோட புடவை நிறம் மாறியிருக்கான்னு பார்ப்பாங்க வயதானப் பொம்பளைங்க!"

அவரே விளக்கம் அளித்தார். மீண்டும் மதுவை அருந்தினார்.

இரண்டாவது சிச்சுவேஷனுக்குப் பாடல் வரிகளைச் சொன்னார்.

"வானத்தைப் பார்த்து மண்ணில் நீர் ஓடும்... "

"பாட்டை ரெக்கார்ட் பண்ணும்போது நான் கூட இருக்கேன். இந்தப் பாட்டுகள் பட்டி தொட்டியெல்லாம் பிரபலமாகும். படம் மிகப் பெரிய வெற்றிப்படமாக அமையும்...!"

ஆத்மார்த்தமாகப் பாராட்டி விட்டு பாடல்கள் எழுதப்பட்டிருந்த தாள்களில் 'அன்புடன் கண்ணதாசன்' என்று கையெழுத்தும் போட்டு ரமேஷிடம் தந்தார். அன்று காலையே ரமேஷ் நேரில் வந்து கவிஞர் கண்ணதாசனுக்கு பாடல்கள் எழுத சன்மானத் தொகையை அளித்திருந்தார்.

தன்னால் இரண்டு விதமாகப் பாடல்கள் எழுத முடியும் என்று கூறினார் கண்ணதாசன்.

வெறும் விஸ்கி பாட்டிலைத் தந்தால் "எலந்த பயம்... எலந்தபயம்..." இப்படித்தான் தன்னால் எழுத முடியும் என்றார்.

அதுவே தயாரிப்பாளர் பாடலுக்கான சன்மானத்தை அளித்தால் "தெய்வம் தந்த வீடு வீதியிருக்கு..." போன்ற பாடல்கள் தன்னிடமிருந்து வெளிப்படும் என்று கூறினார்.

என் முதல் படத்திற்கான கவிஞர் கண்ணதாசன் எழுதித்தந்த பாடல்களின் வார்த்தைகள் ஒவ்வொன்றும் முத்து முத்தான வார்த்தைகளே!

மறுநாள் காலை பதினோரு மணியளவில் கமலஹாசனின் உதவியாளர் சேஷாத்ரி Photo Spot என்கிற ரமேஷின் ஸ்டூடியோவுக்கு வந்தார்.

"ஜெயபாரதி சார்... உங்களை உடனே நடிகர் பார்க்கணுமாம், சியாமளா ஸ்டூடியோவிலே ஷூட்டிங்கில் இருக்கார்!"

நானும், ரமேஷும் கமலைச் சந்தித்தோம். "பாட்டெல்லாம் சேக்கறீங்க போல இருக்கு?. நான்தான் ஏற்கனவே பாட்டுக்கு டான்ஸ் ஆடிகிட்டுதானே இருக்கேன். எதுக்கு உங்க படத்து லேயும் டான்ஸ் பண்ணணும்?" சற்று கோபமாக கேட்டார் கமல்.

தேசிய விருதுக்கு அனுப்புறப்போ பாட்டையெல்லாம் நீக்கிட்டு அனுப்பலாம்!" என்று ஆர். எம். ரமேஷ் கூறினார்.

"சார் ... நீங்க வேற யாரையாவது போட்டுப் படத்தை எடுங்க... என்னால் முடியாது" என்று கூறிவிட்டு, காமிரா முன் போய் நடிக்க ஆரம்பித்துவிட்டார் கமல். எனக்கு தானாகவே வந்த சந்தர்ப்பம் நழுவிப் போனதில் பெரிய ஏமாற்றம் ஏற்பட்டது.

நான் தினமணி கதிர் பத்திரிகையில் உதவி ஆசிரியராக பணிபுரிந்த போது நிறைய சிறுகதைகள் எழுதி பிரபலமானேன்.

ஒரு நாள் ஃபிலிமாலயா என்கிற சினிமாப் பத்திரிகையின் ஆசிரியர் எம்.ஜி. வல்லபன் எனக்கு ஃபோன் செய்தார்.

வழக்கமான சினிமா பத்திரிகைகளிலிருந்து வெகுவாக மாறுபட்டு வெளிவந்து வாசகர்கள் மத்தியில் ஃபிலிமாலயா ஒரு தனி இடத்தைப் பிடித்திருந்தது. இப்பத்திரிக்கையின் பதிப்பாளர், தயாரிப்பாளர் பஞ்சு அருணாசலம் ஆவார்.

"இந்த ஆண்டு தமிழ் திரை உலகம் வெளியிட்ட படங்களைத் தேர்வு செய்து விருதுகள் வழங்க முடிவு செய்திருக்கிறோம். மிகப் பெரிய விழாவாக நடத்தி விருதுகளை அளிக்கவும் எண்ணம் உள்ளது. திரைப்படத் துறையின் எல்லா பிரிவினர்களுக்கும் விருதை தேர்வுக் குழு மூலமாக தேர்ந்தெடுக்க ஏற்பாடு செய்யப்பட்டிருக்கிறது. நீங்கள் தேர்வுக்குழுவில் பங்கேற்று, தினமும் மாலை 6 மணிக்கு IBM தியேட்டரில் தொடர்ந்து முப்பது நாட்கள் முப்பது தமிழ்ப் படங்களை பார்க்க வர முடியுமா?" என்று கேட்டார் எம்.ஜி. வல்லபன். நான், என் சம்மதத்தைத் தெரிவித்தேன். அந்த முப்பது நாட்களும் மற்ற தேர்வுக் குழு

உறுப்பினர்களுடன் முப்பது படங்களைப் பார்த்து குறிப்பும் எடுத்துக் கொண்டேன்.

ஃபிலிமாலயா பத்திரிகை ஹோட்டல் பாம்குரோவில் குழு உறுப்பினர்கள் தாங்கள் பார்த்த படங்களைப்பற்றி விவாதித்து விருதுக்குத் தகுதியானவர்களைத் தேர்வு செய்து பட்டியலை அளிக்க ஏற்பாடு செய்திருந்தது.

நானும் மற்ற உறுப்பினர்களும் அமர்ந்து பேசத் துவங்கினோம். திடீரென்று பிரபல ஸ்டுடியோ அதிபர் வந்து எங்களுடன் சேர்ந்துக் கொண்டார். பத்திரிகை ஆசிரியரிடம் "வல்லபன்! நான் உடனே அவசரமாகப் போகணும் யார் யாருக்கு இந்த ஆண்டு விருதுகள் வழங்கப்பட வேண்டும் என்று ஒரு பட்டியல் தயாரித்துக் கொண்டு வந்திருக்கிறேன்". என்றார் அவர்.

ஆசிரியர் வல்லபன் ஒரு காகிதத்தில் குறித்துக் கொள்ள ஆரம்பித்தார். "சிறந்த நடிகர் விருது, நடிகர் திலகம் சிவாஜி சாருக்கு!" என்றார் அவர்.

"இல்லை சார், இந்த ஆண்டின் சிறந்த நடிகர் முத்துராமன்!" என்றேன் நான்.

"யார் இவர் வல்லபன்?" என்று என்னைக் காட்டிக் கேட்டார் அவர்.

"எழுத்தாளர் ஜெயபாரதி! தினமணிக்கதிர் பத்திரிகையின் உதவி ஆசிரியர்". என்றார் வல்லபன்.

"சிவாஜி சாரைத் தவிர்த்து விட்டு வேறு ஒருவரை சிறந்த நடிகர்னு எப்படி சொல்லலாம்?" என்று கேட்டார் என்னிடம்.

"முப்பது நாட்கள் தொடர்ந்து முப்பது படங்களை நாங்க எல்லோரும் பார்த்தோம். ஆனால் நீங்க ஒரு நாள் கூட எங்களோட IBN தியேட்டர்லே படம் பார்க்கலேயே. இன்னைக்குத்தான் தெரியறது நீங்களும் தேர்வுக் குழுவில் இருக்கிறவர் என்பது"! என்றேன் நான்.

"நான் என் ஸ்டுடியோவிலேயே பார்த்து விட்டேன்!" என்றார் அவர்.

"சரி சார்... ஒத்துக்கறேன்... அதுக்காக வரும்போதே, 'இவர் தான் இந்த வருஷத்தோட சிறந்த நடிகர்னு எப்படி நீங்களாகவே

முடிவு பண்ணிக்கிட்டு வந்தீங்க? அப்புறம் எதுக்கு இந்த தேர்வுக் குழு. எதற்கு நாங்க எங்க வேலைய விட்டு தினம் தினம் படம் பார்க்கணும்?'"

"அப்போ யாரை நீங்க சிறந்த நடிகர்னு சொல்றீங்க?"

"அதை நாம விவாதித்து முடிவு பண்ணலாமே!"

"அப்போ சிவாஜி சார் இல்லேங்கறீங்களா?"

"சார். நடிகர் திலகம் சிவாஜி அவர்கள் மிகச் சிறந்த நடிகர்னு எனக்கும் தெரியும். ஆனா இந்த வருஷம் 'உறவு சொல்ல ஒருவ னிலே' நடிச்சிருக்கிற முத்துராமன் மிக மிகச் சிறப்பாக Underplay பண்ணியிருக்கார். அதனால் அவரை நான் இந்த ஆண்டின் சிந்த நடிகர்னு சொல்றேன்.!"

"சிவாஜி சாருக்கு விருது கொடுக்காம வேறு ஒரு நடிகருக்குக் கொடுத்தா அவர் உடனே எனக்கு ஃபோன் பண்ணி என்ன விருதை வேற யாருக்கோ கொடுக்கறாங்க போல இருக்கு.. நீயும் அந்தக் கமிட்டியிலே இருந்தியான்னு கேட்பார் என்கிட்டே."

"என்னை மன்னிக்கணும் சார்... Why you are afraid of Mr. Sivaji Ganeshan?"

அந்த ஸ்டூடியோ அதிபர் நான் கேட்ட கேள்விக்கு பதில் அளிக்கவில்லை!

"வல்லபன்... நான் இந்தத் தேர்வு கமிட்டியிலிருந்து விலகிக் கறேன்... (என்னைக்காட்டி) இவர் என்னை வம்புல மாட்டி விடுவார் போல இருக்கு. இவங்க யாரைத் தேர்ந்தெடுக்கிறார்களோ அவங்களுக்கே பரிசைத் தாங்க! நான் புறப்படறேன்!" என்று கூறி விட்டு தன் காரில் ஏறிப்போனார் அவர்.

ஃபிலிமாலயா பத்திரிகை நடத்திய மிக பிரம்மாண்டமான விழா சென்னை பல்கலைக்கழக நூற்றாண்டு அரங்கத்தில் நடந்தது. அந்த ஆண்டின் மிகச் சிறந்த நடிகருக்கான விருதை நடிகர் முத்துராமனுக்கு மேடையில் வழங்கி கௌரவித்தார்கள்.

சில மாதங்களுக்குப்பிறகு என் ஆசிரியர் சாவியின் மகன் திருமண விழாவிற்கு நடிகர் முத்துராமன் வந்திருந்தார். சாவியின்

இன்னொரு மகன் நடிகர் முத்துராமனுக்கு என்னை அறிமுகப் படுத்தினார்.

"இந்த ஆண்டின் சிறந்த நடிகர் விருதை ஃபிலிமாலயா பத்திரிகை உங்களுக்கு அளித்ததே... அதற்குக் காரணமானவர் இவர்தான் !" என்றார் முத்துராமனிடம்.

முத்துராமன் சற்று உணர்ச்சி வயப்பட்டு என் கைகளைப் பற்றிக் கொண்டார்.

"தம்பி... உங்களை மாதிரி சிலர் இருக்கிறதனால தான் என்னை மாதிரியான கலைஞர்களுக்கும் நியாயமாக கிடைக்க வேண்டிய கௌரவமும் அங்கீகாரமும் கிடைக்கிறது. "

ஆயிரக் கணக்கில் லட்சக் கணக்கில் பெட்டிப் பெட்டியாக பணத்தை நடிப்பதற்காக நடிகர்கள் சம்பளமாகப் பெற்றுக் கொண்டாலும், மேடையேறி ஒரு முக்கிய பிரமுகர் தரும் ஒரு பொம்மை (விருதை)யைப் பெற்றுக் கொள்ளும்போது அவர்களை சற்று கூர்ந்து கவனித்தால் அவர்கள் Body Language ல் ஒரு சின்னக் குழந்தையின் குதூகலத்தை நாம் காணலாம்.

அன்று பரிசளிப்பு விழாவில் நடிகர் முத்துராமனிடம் அந்த சந்தோஷத்தைத் தான் நான் பார்த்தேன். அதைப் பார்த்து நானும் வெகுவாக சந்தோஷம் அடைந்தேன்.

தினமணி கதிர் அலுவலகத்திற்கு இயக்குனர் கே. பாலச்சந்தர் அவர்களின் வலது கரம் என்று எல்லோராலும் குறிப்பிடப்படும் அனந்து என்னை பார்க்க வந்தார்.

“உங்களை பாலச்சந்தர் சார் அவசியம் பார்க்கணுங்கிறார். கார் கொண்டு வந்திருக்கேன். போகலாமா?” என்று கேட்டார் அனந்து.

இயக்குனர் கே. பாலச்சந்தர் அவர்களை முதன்முறையாக ஆள்வார் பேட்டையில் இருந்த கலா கேந்திரா அலுவலகத்தில் சந்தித்தேன்.

‘கலாகேந்திரா’ என்கிற படத்தயாரிப்பு நிறுவனத்தின் பாட்னர்கள் துரை என்பவரும் கோவிந்தராஜன் என்பவருமாவார்கள்.

“என்ன நீங்க, வந்துகிட்டிருக்கிற எந்தத் தமிழ்ப் படமும் சரியாவேயில்லை... மலையாளத்தில் பாருங்க.... கன்னடத்துல பாருங்கன்னு எல்லாம் பத்திரிகைளிலும் எழுதிகிட்டு இருக்கீங்க?” என்று பாலசந்தர் என்னிடம் கேட்டார்.

“நான் உண்மையைத்தான் எழுதறேன்!” என்றேன்.

பாலசந்தர் - ஜெயபாரதி

"என் படங்கள் கூடவா?" என்று கேட்டார் பாலசந்தர்.

'எல்லாத் தமிழ் படங்கள்னு சொன்னால், அதுல உங்களோட படம் இல்லாமலா?'

வாய்விட்டுச் சிரித்தார் பாலச்சந்தர் அவர்கள்.

"நீ யாரோட புள்ளைன்னு அனந்து சொன்னார். உன் அப்பா து. ராமமூர்த்தி ஆபீஸரா இருக்கிற அலுவலகத்துலதான் நானும் வேலை செய்யறேன். மெடிக்கல் லீவ், காஷுவல் லீவ்... லீவ் வித் அவுட் பேன்னு லீவு போட்டுட்டுத்தான் சினிமா டைரக்ட் பண்றேன். இந்த சினிமா என்னிக்கு வேண்டுமானாலும் காலை வாரிவிடும். அதனாலதான் மத்திய அரசாங்கத்தோட வேலையை நான் இன்னும் ராஜினாமா பண்ணலே. ரிடையர் ஆனப்புறம் பென்ஷன் வரும்.!" என்றார்.

கே. பாலச்சந்தரின் சாமர்த்தியம் பாராட்டத்தக்கது, இல்லையா?

"ஆமாம்... நீ நடிப்பியா?" சட்டென்று என்னிடம் கேட்டார் அவர்.

கல்லூரியில் இடம் கிடைக்காமல் ஓராண்டு சும்மா இருந்த சமயத்தில் நண்பர்களுடன் நாடகம் நடத்தி அதில் நடித்திருக்கிறேன்,

மற்றும் என் நண்பர் ஞாநியின் 'பரிக்ஷா' நடத்திய சில நாடகங்களில் மேடைகளில் நடித்திருக்கிறேன். அப்போது எழுத்தாளர் மாலன் இயக்கிய 8 mm படத்தில் (குறும்படம்) நடித்திருக்கிறேன். ஆனால் சினிமா என்கிற ஊடகத்தில் நான் இதுவரை நடித்ததில்லை.

ஞாநி

"Your Eys Speaks Volumes... I Can play with it!"

என் இரண்டு கண்களையும் பார்த்துச் சொன்னார் கே. பாலசந்தர்

"இரண்டு போட்டோக்களை கொண்டு வந்து கொடு... உன்னை நடிகனாக்கிடறேன்...."

"நான் டைரக்டர் ஆகக்கூடாதுன்னு தானே என் line ஐ மாத்தப் பாக்கறீங்க?. நான் டைரக்டர் ஆனாலும். இங்கே நான் யாருக்கும் போட்டியாக இருக்க மாட்டேன். என் சினிமா வேற சார்!".

“படவா ராஸ்கல்... இரண்டு போட்டோ கொண்டு வந்து கொடு.”

நான் எப்படிப் பேசினாலும் பாலச்சந்தர் சாருக்கு என் மீது ஏன் இவ்வளவு ப்ரியம் ? புரியவில்லை.

ராபர்ட் ராஜசேகரனிடம் இதைச் சொன்னேன். யாருக்கும் கிடைக்காத அரிய வாய்ப்பு இது என்று கூறிவிட்டு, ராஜசேகரன் என்னைப் பலகோணங்களில் படமெடுத்துத் தந்தார்.

“பிரமாதம்... என்னிக்கு வேண்டுமானாலும் காரை வீட்டுக்கு அனுப்புவேன். ஷூட்டிங்குக்கு வா” என்று பாலச்சந்தர் தெரிவித்தார்.

உட்லன்ட்ஸ் ஹோட்டலிலிருந்து வெஜிடபிள் போண்டா, குலோப்ஜாமுன் வரவழைத்து தந்துத் சாப்பிடச் சொன்னார்.

இதே இயக்குனர் பலச்சந்தர் அவர்கள் கலாகேந்திரா அலுவலகத்தில் யாரிடமோ “நான் டைரக்ட் பண்ற படங்கள் கூட சரியாயில்லையாம். அவன் டைரக்ட் பண்ணப் போறபடம் தான் தேசிய அளவில் நல்ல படமாயிருக்குமாம்...ஜெயபாரதி சொல்றான்....பயித்தியக்காரன்” என்று கூறியதாக, மனோபாலா தெரிவித்தார்.

தி.நகர் உஸ்மான் ரோடு ரெஸ்ட்டாரெண்டில் நான், ராபர்ட், ராஜசேகரன் மனோபாலா டீ சாப்பிட்டுக் கொண்டிருந்தபோது நான் கூறினேன்.

“அடுத்த வாரமே நாம ஷூட்டிங்கை ஆரம்பிக்கிறோம்!”

“எப்படி?”

மூன்று பேரும் கேட்டார்கள்.

“நான் பத்தாயிரம் அடிகள் Picture Negative வாங்க பணத்தைத் திரட்டித் தருகிறேன்” என்றேன் நான்.

அப்போது கருப்பு வெள்ளை படத்தின் Picture Negative ஆயிரம் அடிகளின் விலை நானூற்று தொண்ணூறு ரூபாய் தான்.

“நண்பர்கள் பத்து பேரிடம் ஆளுக்கு ஐநூறு ரூபாய் என்று இரண்டே நாளில் வசூல் செய்து தருகிறேன்.”

“அப்படியென்றால் நான் எனக்குத் தெரிந்த பண்ணையார்(

சென்னை அருகே) பாடி குப்பம் என்கிற கிராமத்தில் இருக்கிறார். அவரிடம் பேசி படப்பிடிப்பு குழுவிற்கு மூன்று வேளை உணவும் தங்குவதற்கு (அவர்கள் வீட்டுத்திண்ணைதான்) இடமும் இலவசமாகத் தரச்சொல்கிறேன்" என்றார் ராஜசேகரன்.

"நான் வேகா ஃபிலிம்ஸ் அவுட்டோர் யூனிட்டில் பேசி படம் முடிகிற வரைக்கும் முன்பணம் கூட இல்லாமல், காமிரா மற்றும் சில உபகரணங்களை தரச்சொல்கிறேன்" என்றார் ராபர்ட்.

மனோபாலாவால் எந்தவித பங்களிப்பையும் செய்ய முடியாத நிலையில் அன்று அவர் இருந்தார்.

மறுநாள் நான் கேட்ட பத்து பேர்களும் தலா ரூபாய் ஐநூறை என்னிடம் தர, பத்தாயிரம் அடிகள் Picture negative ரெடி!

எந்தக் கதையைப் படமாக்கலாம்?

'இரண்டு பேர் வானத்தைப் பார்க்கிறார்கள்', திரைக்கதை எழுதப்பட்டுத் தயாராக இருந்தாலும் அதைத் தவிர்த்து விட்டு, வேறு கதையைப் பற்றி யோசித்தேன்.

"குடிசை"

என் தந்தை து. ராமமூர்த்தி எழுதி 'கணையாழி' என்கிற இலக்கிய மாத இதழில் தொடர் கதையாக வெளியான நாவல் அது.

"குடிசை" முடிவானது.

"யாரை நடிக்க வைப்பது"?

து. ராமமூர்த்தி

மெல்லிசைக் கச்சேரிகள் மூலம் தமிழ் நாட்டையே கலக்கிக் கொண்டிருந்த காமேஷ் (ராஜாமணி) என்பவரின் மனைவி கமலா (காமேஷ்) முக்கிய கதாபாத்திரத்தில் நடிக்கட்டும் என்று முடிவு பண்ணினேன்.

இசையமைப்பாளர் காமேஷ்

சென்னை போர்ட் டிரஸ்டில் பணிபுரிந்து கொண்டிருந்த தண்டாயுதபாணி என்கிறவர், பல வருடங்களாக சினிமாவில் நடித்துவிட வேண்டும் என்று அலைந்து சலித்துப் போய்

தன்முயற்சிகளை நிறுத்திக் கொண்டிருப்பவரை திரைப்படத்தின் நாயகனாக அறிமுகம் செய்தேன்.

டீக்கடைக்காரனாக டெல்லிகணேஷ் முடிவானார்.

'படம் எடுக்கிறேன்' என்று கூறிவிட்டு பாடல்களை நுழைக்கப் பார்த்து அதனால் கமலஹாசன் நடிக்க மறுத்ததால் சற்று ஏமாற்றத்துடன் இருந்த ரமேஷின் தங்கை ராஜியை நடிக்கச் சொன்னேன்.

'குடிசை' படக்குழு மற்றும் அதில் நடித்த அத்தனை பேர்களும் சினிமா

அனுபவம் கொஞ்சமும் இல்லாதவர்கள் - நான் உட்பட!

மேலும் கோடம்பாக்கம் ஸ்டுடியோக்களைத் தவிர்த்து காமிராவை வெளியே கொண்டு போய் உண்மையான பின்னணியில் எடுக்கப்பட்ட முதல் தமிழ் படம் 'குடிசை' திரைப்படம் தான். தமிழ் சினிமாவின் கடைசி கருப்பு வெள்ளை திரைப்படமும் குடிசைதான்.

'ஜ்வாலா' என்கிற பெயரைப் பதிவுசெய்ய தென்னிந்திய திரைப்பட வர்த்தக சபைக்குப் போனோம். அப்போது இதன் தலைவராக சித்ரமகால் கிருஷ்ண மூர்த்தி என்பவர் இருந்தார். இவரைப் பற்றிய விஷயம் ஒன்றைச் சொல்லியாக வேண்டும். தமிழ் சினிமாக்களில் இவர் படங்களில்தான் முதன் முதலில் 'இரட்டை அர்த்த வசனங்கள்' பேசப்பட்டு அது வைரஸ் மாதிரி பரவியது.!

"ஒரு தேங்காயை உடைத்துவிட்டு கற்பூரத்தைக் கொளுத்தி காட்டற அளவிற்கு பாக்கெட்டில் பணம் இருந்தா சினிமா எடுத்துடலாமா?" என்று கேட்டார் சித்ரமகால் கிருஷ்ணமூர்த்தி.

அப்போதெல்லாம் தென்னிந்திய திரைப்பட வர்த்தகக் கழகத்தில் தயாரிப்பு நிறுவனம் உறுப்பினராகப் பதிவு செய்து கொள்ள வேண்டும். பதிவு செய்த உறுப்பினர்களுக்கு மட்டும் Picture negative வாங்க இந்த அமைப்பு Permit அல்லது கோட்டா வழங்கும். இந்த Permit ஐ காட்டித்தான் படப்பிடிப்புக்குத் தேவையான Picture negative ஐ விலை கொடுத்து வாங்க முடியும்.

இந்த Permit மற்றும் கோட்டா முறையை அடியோடு ஒழிக்க வேண்டும் என்று சொன்ன முதல் நபர் மூதறிஞர் ராஜாஜி அவர்கள்தான்.

"நீங்கள் தரப்பேகும் அந்த Permit இல்லாமலேயே என்னால் Picture Negative ஐ வாங்கிக் கொள்ள முடியும்" என்றேன் நான்.

"எப்படி வாங்குவாய்?" என்று கேட்டார் சித்ரமஹால் கிருஷ்ண மூர்த்தி.

"சென்னை பாண்டிபஜாரில் 'கிள்ளி பீடா' கடை ஒன்று இருக்கிறது. அங்கேபோய் கேட்டால் சுவையான பீடாவும் கிடைக்கும், கள்ள மார்க்கெட்டில் சினிமாவின் Picture negative-வும் கிடைக்கும்"! என்றேன்.

வேறு எந்த பேச்சும் பேசாமல் 'ஜ்வாலா' என்கிற பெயரைப் பதிவு செய்து Picture Negative வாங்க Permit-ஐ அளித்தார்.

1978 ஆம் ஆண்டு டிசம்பர் மாதத்தில் பாடி குப்பத்தில் முதல் நாள் குடிசை படத்தின் படப்பிடிப்பு ஆரம்பமானது. சினிமாக் காமிராவை நான் முதன் முதலில் அருகே, மிக அருகே என் படப்பிடிப்பில் தான் பார்த்தேன்!

சென்னை ஓவியக் கல்லூரியில் படித்துப் பட்டம் பெற்ற வி. கலை என்கிற இளைஞர் தான் 'குடிசை' படத்தின் ஆர்ட் டைரக்டர்!

வி.கலை

மொத்தக் கதையும் ஒரு 'குடிசை'யை மையமாக வைத்து நடப்பதால் சாதாரணமான குடிசைகளைவிட சற்று அதிகம் நீளம், அகலம் வைத்து 'குடிசை'யை அமைக்கச் சொன்னேன். காரணம், காமிராவை Move பண்ண போதிய இடம் தேவை என்பதால்தான்.

ராஜசேகரின் குடும்ப நண்பரின் (பண்ணையார்) மகன்கள் எல்லோரும் எங்களுக்கு பலவிதங்களில் உதவி புரிந்தனர்.

காலை 7 மணிக்கே டிபன் ரெடியாக இருக்கும். சாப்பிட்டபின் படப்பிடிப்பை ஆரம்பிப்போம். இடையே மணிக்கு ஒரு கப் சூடாக டீ தருவார்கள்.

படக்குழுவிலிருந்த அத்தனை பேரும் ஓயாமல் சிகரெட்டைப் புகைத்தபடி இருப்போம்.

"டீ ... சிகரெட் ... டீ... சிகரெட் = ஜெயபாரதியின் குடிசை" என்று குமுதம் அரசு கேள்வி பதில் பகுதியில் எழுதினார்கள்!

தமிழ் நாட்டில் வெளியாகும் அத்தனை தமிழ் வார மற்றும் தினசரி இதழ்களில் 'குடிசை' படத்தின் வளர்ச்சியைப் பற்றி செய்தி வெளியிட்டுக் கொண்டேயிருந்தார்கள்.

அந்தக் காலகட்டத்தில் இந்திய சினிமா என்றால் வெறும் இந்தி சினிமா மட்டும் தான் என்கிற மாற்றாந்தாய் மனப்பான்மை வட இந்தியர்களுக்கு இருந்தது. மாநில மொழித் திரைப்படங்களை அவர்கள் பெரிதாகவே எடுத்துக் கொள்ளவில்லை.

ஜெயபாரதி

உலகத்தின் மிக சிறந்த இயக்குனர்களில் ஒருவராக சத்தியஜித்ரே இருந்ததால்தான் அவர்களால் பெங்காலி மொழித்திரைப் படங்களை ஒதுக்க முடியவில்லை.

மிகப் பெரிய ஸ்டூடியோக்கள், மிகச் சிறந்த தொழிற்நுட்பக் கலைஞர்கள் மற்றும் எண்ணிக்கையில் அதிகப் படங்களை தமிழ்த் திரை உலகம் தயாரித்துக் கொண்டிருந்தாலும், ஒரு தமிழ்ப் படத்தைப் பற்றியோ, அல்லது அதன் இயக்குனரைப் பற்றியோ மருந்துக்குக்கூட செய்தியை வெளியிடாத மிகப் பிரபலமான ஆங்கில சினிமா இதழ் Film fare ஆகும்.

குடிசை படத்தின் பத்திரிக்கை விளம்பரம்

சாதாரணத் தபாலில் குடிசை படத்தின் Stills மற்றும் படத்தைப் பற்றிய சில விவரங்களையும் பம்பாயில் உள்ள Filmfare அலுவலகத்திற்கு அனுப்பினேன்.

"Kudisai" (Tamil), written and directed by Jaybharathi, a journalist and film critic, is based on a novel by Ramamurthy. "Kudisai" (The Hut) is the story of a woman, the sole bread winner of the family, and her husband who dreams of a new life with her sister even as the wife is dying.

The cast—all newcomers—includes Dandayudapani, Kamala Kamesh, Raji and Delhi Ganeshan. The photography is by Rajasekharan-Robert. Music by G. Kamesh.

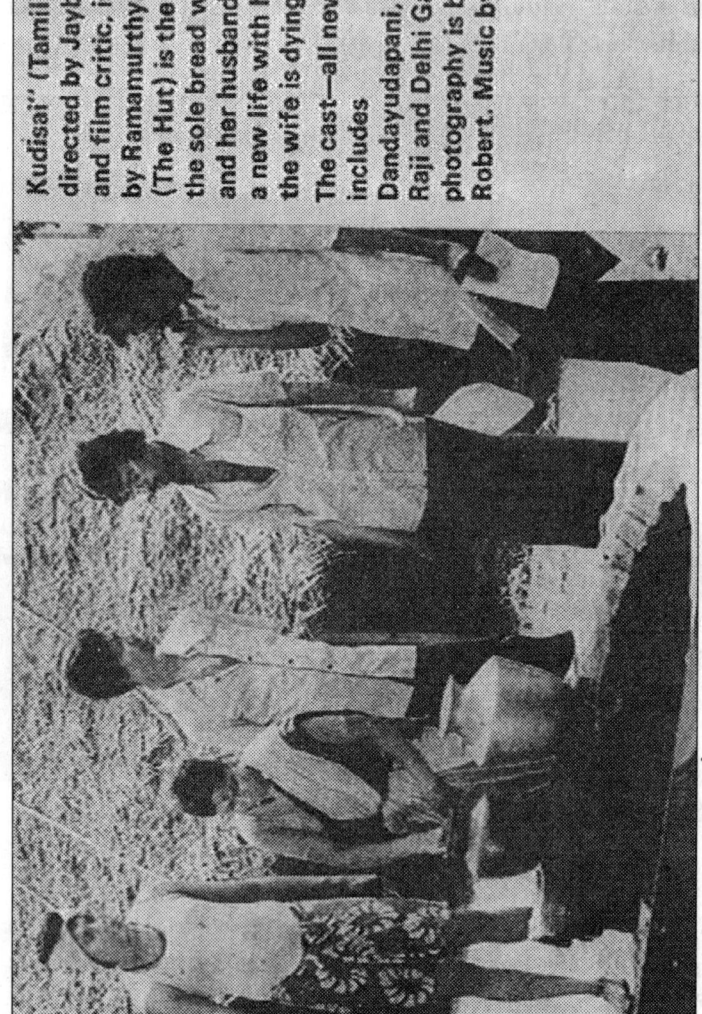

குடிசை படத்தின் பத்திரிக்கை விளம்பரம்

அடுத்த இதழிலேயே 'குடிசை' படத்தின் Working Still-sஜயும், விவரங்களையும் ஒரு முழுபக்க அளவிற்கு ஃபிலிம்பேர் வெளியிட்டது.

தமிழ்த் திரை உலகின் முக்கிய புள்ளிகளின் புருவங்கள் ஆச்சர்யத்தால் உயர்ந்தன. குறிப்பாக, இயக்குனர் கே. பாலச்சந்தர் 'டேய் இது எப்படி சாத்தியம்?'என்று கேட்டார்.

கே. பாலச்சந்தர் அவர்கள் 'மூன்று முடிச்சு' என்கிற படத்தை இயக்க முடிவு செய்து அதில் யார்யாரையெல்லாம் நடிக்க வைக்கலாம் என்று ஒரு பட்டியல் தயார்செய்தார்.

'கமலஹாசன்'

'ஸ்ரீதேவி'

'ஜெயபாரதி'

ஆமாம், 'மூன்றுமுடிச்சு' படத்தில் ரஜனிகாந்த் நடித்த காதாபாத்திரத்தில் என்னை நடிக்க வைக்க பாலசந்தர் விரும்பி அனந்துவிடம் 'ஜெயபாரதியை வரச் சொல்லுங்கள்' என்ற போது, அவர் பாலச்சந்தரிடம் "சார்! ஜெயபாரதி டைரக்டர் ஆயிட்டான் 'குடிசை' படத்தின் ஷூட்டிங் நடந்து கொண்டிருக்கிறது" என்று சொல்ல, அதற்கு பாலச்சந்தர் அவனை ஹீரோவாக்கலாம்னு, பார்த்தா இப்படி பண்ணிட்டானே!" என்று அங்கலாய்த்துக் கொண்டாராம்!

'அபூர்வ ராகங்கள்' படத்தில் கடைசிக் காட்சியில் தோன்றும் சிவாஜிராவ் என்பவரை வரவழைத்து அவருக்கு 'ரஜனிகாந்த்' என்று நாமகரணம் செய்து 'மூன்று முடிச்சு' படத்தில் பாலச்சந்தர் அவரை நடிக்க வைத்தார்.

பத்தாயிரம் அடிகள் ஷூட் செய்த 'குடிசை' படத்தின் Picture Negative-ஐ சென்னை ராயப்பேட்டையில் 'கௌடியா மடம் சாலை'யில் இயங்கிவந்த Madras Cine Lab-ல் ஒப்படைத்தோம்.

திரன்தாஸ் குப்தா என்கிற பெங்காலிதான் இதன் உரிமையாளர். அவருக்கு உதவியாக அவருடைய உறவினர் பாதல்தாஸ் குப்தா இருந்தார். இந்த மெட்ராஸ் சினி லேப்பில் தான் முதன் முதலில்

சிவாஜி அவர்கள் டப்பிங் பேசினாராம். இந்த Lab Editing பிரிவில் இரண்டு நடராஜன்கள் இருந்தனர். ஒருவர் சந்தனப் பொட்டு நடராஜன். இன்னெருவர் Nonsync நடராஜன்! அதாவது இவர் Edit செய்தால், உதட்டு அசைவுக்கு ஏற்றவாறு ஒலி இருக்கவே இருக்காது என்பதால் இப்படி ஒரு பட்டப்பெயர் அவருக்கு.

'குடிசை' படத்தை சந்தனப்பொட்டு நடராஜன் தான் படத்தின் முதன்மை Editor 'டி. ராஜு'க்கு உதவினார்.

'குடிசை' படத்தின் Rush print-ஐ போட்டுக் காண்பித்தார்கள். நன்றாக வந்திருப்பதாகச் சொல்ல, என் மனம் இன்னும் கூடுதலாக உத்வேகம் அடைந்தது.

ஆனால் அடுத்த கட்டப் படப்பிடிப்புக்கு பணம் இல்லையே!

சென்னை தேனாம்பேட்டை காங்கிரஸ் மைதானத்தில் காலை முதல் மாலை வரை ஒரு கலை நிகழ்ச்சியை ஏற்பாடு செய்தேன். எஸ்.வி. சேகரின் நாடகம், காமேஷின் மெல்லிசைக் கச்சேரி, பாக்யநாதனின் மாஜிக்ஷோ என்று குறிப்பிட்டு ரூபாய் 20, ரூபாய் 15 மற்றும் ரூபாய் 10க்கு டிக்கெட் புத்தங்கள் அச்சடித்து சென்னைக் கல்லூரிகளில் விற்றேன்.

செலவுபோக மீதி இருந்த தொகையில் படப்பிடிப்பை நடத்தினோம்.

என்னுடைய இந்த முயற்சியைப் பற்றி அறிந்த ரமணியுன் என்பவர் என்னை அழைத்துத் தானாகவே நிதி உதவி அளித்தார்.

மறுபடியும் பணமில்லாமல் 'குடிசை' தடைபட்டது.

தற்செயலாக சென்னை தி. நகர் ரங்கநாதன் தெருவில் இருந்த லாவண்யா Photo Studio வில் அதன் உரிமையாளரிடம் பேசிக் கொண்டிருந்த போது, சிலோன் மனோகர் அங்கே வந்தார். சிலோன் மனோகரின் சுராங்கனி ... சுராங்கனி.. சுராங்கனிக்கா மாலுகண்ணா வா.. என்கிற பாடல் இளைஞர்கள் மத்தியில் மிகப் பிரபலமானது.

"குடிசை" படம் என்ன வாயிற்று !"

சிலோன் மனோகர் என்னிடம் கேட்டார். நிதிப்பற்றாக்குறையால் படம் நிற்கிறது என்றேன்.

“எனக்கு ஒரு அரங்கத்தை மட்டும் ஏற்பாடு செய்து கொடுங்கள். நான் மெல்லிசைக் கச்சேரி நடத்துகிறேன். நன்றாக விளம்பரம் செய்யுங்கள், கூட்டம் எப்படி வருகிறது என்று பாருங்கள்” என்றார்.

“In Aid of first art film in tamil, KUDISAI Ceylon Manohar Sings For You” என்று ஆங்கிலத்திலும் மற்றும் தமிழிலும் இரண்டு விதமான போஸ்டர்களை அச்சடித்து நாங்களே, எங்கள் கைகளால் சென்னையில் உள்ள எல்லாக் கல்லூரிகளின் அருகே ஒட்டினோம். சிலோன் மனோகரின் மெல்லிசை நிகழ்ச்சிக்கு கூட்டம் அலைலமோதியது!.

மறுபடியும் “குடிசை” உயிர் பெற்று வளர ஆரம்பித்து முற்றிலுமாக முடிந்தது. படத்திற்கு பின்னணி இசை, மற்றும் சிறப்பு சப்தங்கள் சேர்க்க இருபதாயிரம் ரூபாய் தேவைப்பட்டது.

நான் என் முயற்சியைக் கைவிடவில்லை, ஆனால் ராபர்ட், ராஜசேகரன், மனோபாலா மூவரும் நம்பிகையை அடியோடு இழந்தார்கள் . தினம் தினம் என்னைப் பார்க்க வந்தவர்கள், வாரத்திற்கு ஒரு முறை வந்து போனார்கள்!.

அந்த வருடத்தின் தீபாவளிப் பண்டிகையின் வாரம். தினம் அதிகாலை வீட்டை விட்டுக் கிளம்பி கடுமையாக முயற்சிசெய்து விட்டு பலன் கிடைக்காத சோர்வில் இரவு வீட்டுக்குத் திரும்பிக் கொண்டிருந்த என்னை, நாள் பூராவும் வீட்டில் யாருடனும் பேசாமல் முடங்கிக் கிடப்பதைப் பார்த்த என் அப்பா அதற்கான காரணத்தைக் கேட்டார்.

“படத்தை முடிக்க எனக்கு இன்னும் இருபதாயிரம் வேண்டும். அது கிடைத்தால் படம் முடிந்து விடும்” என்றேன். என் தந்தை எங்கள் வீட்டின் பத்திரத்தை என் அம்மாவிற்குத் தெரியாமல் என்னிடம் கொடுத்தார். இதை எங்காவது அடமானமாக வைத்துப் பணத்தைப் பெற்று படத்தை முடித்து விடு. முடிந்த படம் பிஸினஸ் ஆகி பணம் வந்ததும் பணத்தைக் கொடுத்துவிட்டு பத்திரத்தை மீட்டுக் கொண்டு வந்து கொடு. இந்த விஷயம் நம்ம இரண்டு பேருக்கு மட்டும் தான். உன் அம்மா, மற்றும் உன் கூடப்பிறந்தவர்களுக்குக் கூடத் தெரிய வேண்டாம்!”

அப்பா கொடுத்த பத்திரத்துடன் தி. நகர் பஸ் நிலையத்தில் நின்று கொண்டிருந்தேன். என் பெரியப்பாவின் மகன் ஜெயசந்

திரன் அங்கே தற்செயலாக வந்தான். விஷயத்தை அவனிடம் சொன்னேன், அவன் என்னை அடையாரில் இருந்த Uco Bank மேனேஜர் சுந்தரம் என்பவருக்கு அறிமுகப்படுத்தி வைத்தான். பத்திரத்தை அடமானமாக வைத்துக் கொண்டு இருபதாயிரம் ரூபாயை கடனாகத் தருவதாக அவர் எனக்கு உத்திரவாதம் அளித்தார்.

மிருனாள் சென்னை சந்தித்தேன் என்பதை விட தரிசித்தேன் என்பதுதான் உண்மை

சத்யஜித்ரே, மிருனாள் சென், ரித்விக் கட்டக், தபன் சின்ஹா, கிரிஷ் கார்னட், பி.வி. கரந்த், எம்.எஸ். சத்யூ, ஷாம் பெனகல், அடூர் கோபாலகிருஷ்ணன், எம்.டி. வாசுதேவன் நாயர், போன்றவர்களின் படங்கள் அல்லவா சாதாரண நடுத்தரக் குடும்பத்தில் பிறந்த என்னை, மிகச் சாதாரணமான கல்லூரி படிப்பு படித்த என்னை சில மிக நல்ல சிறுகதைகளும் சில மிக சுமாரான சிறுகதை-ததளை மட்டுமே எழுதிய என்னை, சினிமா என்கிற மிகச் சக்தி வாய்ந்த மீடியத்தின் மீது எனக்கு ஈடுபாட்டையும் ரசனையையும் என்னுள் தாக்கத்தையும் ஏற்படுத்தின. நானும் இங்கே நம் தமிழ் மொழிக்காகவும் தமிழ் நாட்டிற்காகவும் எனது மிக எளிமையான படைப்பான 'குடிசை'யை தாகம், பசி என்று கூட பார்க்காமல் வெறும் டீயை தெருவோரக் கடைகளில் குடித்துப் கொண்டே கட்டி முடித்திருக்கிறேன்!.

நான் இயக்கிய படம் ஓரிரு வாரங்களில் முடிந்து விடும் என்ற நிம்மதியில் வீட்டில் இருந்தேன். வீட்டுக்கு வெளியே வானத்தைப பிய்த்துக் கொண்டு மழை கொட்டிக் கொண்டிருந்தது. மழையில் நனைந்த ஓவியர் பி. கிருஷ்ண மூர்த்தி மழையிலிருந்து தப்பிக்க வீட்டுக்குள் வந்தார். என்னைப் பார்த்ததும் அவர் சற்று உற்சாகம் அடைந்தார். "கல்கத்தாவிலிருந்து டைரக்டர் மிருனாள் சென் தன் புதிய பட ஒப்பந்தத்திற்காக சென்னை வந்திருக்கிறார், ஹோட்டல் பாம்குரோவில் தங்கியிருக்கிறார், சந்திக்க விருப்பமா ஜெயபாரதி!" என்று கேட்டார்.

"Who is this young man?" என்று கிருஷ்ணமூர்த்தியிடம் கேட்டார் அவர்.

"I am a film maker!" என்றேன் நானாகவே அவரிடம்.

"What type of film you make?" என்று கேட்டார்.

"I make only art films in Tamil!"

என் அருகில் வந்தார். என் தோள் மீது வாஞ்சையோடு தன் வலது கரத்தை வைத்தார்.

"How old are you,?" என்று கேட்டார்.

என் வயது அப்போது 28.

எப்போது படம் ரிலீஸ் ஆகிறது என்று கேட்டார். என் பணப் பிரச்சினையைத் தெரிவித்தேன். உடனே அவர் இன்டர்காம் மூலமாக ஜெயபால் மேனன் என்பவரை உடனே தன்னுடைய அறைக்கு வருமாறு சொன்னார்.

ஜெயபால் மேனன் திருவனந்தபுரத்தைச் சேர்ந்தவர். ஜனசக்தி ஃபிலிம்ஸ் என்ற திரைப்பட நிறுவனத்தை நடத்தி வருகிறார். மிருனாள் சென் போன்ற இயக்குனர் ஒருவர் தமிழில் படங்களை இயக்கினால் அந்தப் படங்கள் தமிழ் நாட்டில் ஒரு பெரிய ரசனை மாற்றத்தை ஏற்படுத்தும் என்ற எண்ணத்தோடு மிருனாள் சென்னைக் கல்கத்தாவிலிருந்து சென்னைக்கு வரச் சொல்லி ஒப்பந்தம் போட்டு அவரை தமிழில் ஒரு படத்தை இயக்க வைக்கும் முடிவில் இருந்தார்.

"இந்த இளைஞர் ஏற்கனவே மிகவும் பாடுபட்டு ஒருபடத்தை எடுத்து விட்டு இருபதாயிரம் ரூபாய் கிடைக்காமல் படத்தை முடிக்க முடியாமல் தவிக்கிறார். நான் புதிதாக ஒரு தமிழ் படத்தை இயக்குவதை விட இவர் படம் 'குடிசை'யை முடிக்க இருபது ஆயிரம் ரூபாய்களைத் இவருக்கு தந்து உதவுங்கள், யதார்த்தமான படத்தை யார் இயக்கினால் என்ன?, இவர் படம் முதலில் இங்கே ரிலீஸ் ஆகட்டும், நான் தமிழில் படம் பண்ணுவதை பிறகு பார்க்கலாம்! என்றார்" மிருனாள் சென்.

"குடிசை படத்தைப் பார்க்காமல் நான் இவருக்கு உதவ முடி-யாது. என்ன மாதிரி படம் என்று எனக்குத் தெரிய வெண்டும்" என்றார் ஜெயபால் மேனன்.

மெட்ராஸ் சினி லேப்பில் படத்தை பணம் கட்டினால்தான், திரையிட முடியும் என்றார்கள். என்னிடம் பணம் இல்லை. ஆனால் என் படத்தைப் பார்க்கப் போவது இயக்குனர் மிருனாள் சென்

என்றவுடன் ஆச்சரியப்பட்டுப் போய் உடனே படத்தை திரையிட ஏற்பாடுகளைச் செய்தனர்.

கொட்டும் மழையில் மிருனாள் சென் ஒரு ஆட்டோவில் வந்தார். ஜெயபால் மேனன் தன் மனைவியுடன் வந்தார்.

'நாங்கள் தனியாக படத்தைப் பார்க்க வேண்டும்' என்று மிருனாள் சென் சொன்னதால், நாங்கள் யாரும் தியேட்டருக்குள் செல்லவில்லை. படத்தைப் பார்த்துவிட்டு வெளியே வந்தார் மிருனாள்சென். உரிமையோடு என் சட்டைப் பாக்கெட்டிலிருந்து ஒரு சிகரெட்டை எடுத்துப் பற்ற வைத்துக் கொண்டார்.

"Your film is a real Cinema" என்றார் மிருனாள் சென் அவர்கள். அன்று மாலையே 'குடிசை' படத்தின் மொத்த விநியோக உரிமையையும் ஜனசக்தி ஃபிலிம்ஸ் அதிபர் ஜெயபால் மேனன் பெற்றுக் கொண்டு, இருபத்தி ஐந்தாயிரம் ரூபாயை முன்பணத் தொகையாகத் தந்தார்.

'குடிசை' படத்தின் மொத்த பட்ஜெட் எண்பத்தி எட்டாயிரம் மட்டுமே!. இந்த எண்பத்தி எட்டாயிரம் ரூபாயை நான் ஒருவன் மட்டுமே நன்கொடையாக பலரிடமிருந்து வசூல் செய்தேன்.

இப்போதெல்லாம் Group Funding என்று அடிக்கடி செய்தித்தாள்களில் வெளியிடுகிறார்கள். இந்த Group Funding முறையை நம் நாட்டில் முதன் முதலில் ஆரம்பித்தவன் நான் தான்!.

சென்னை அடையார் திரைப்படக் கல்லூரி ஒலிப்பதிவு அரங்கத்தில் காமேஷ் 'குடிசை' படத்திற்கு பின்னணி இசை அமைத்தார்.

ஒரு நாள் இளையராஜாவின் உதவியாளர் என்னிடம் வந்து "ராஜா சார் குடிசைப் படத்திற்கு பின்னணி இசை அமைக்க விரும்புகிறார், அவர் பங்களிப்பாக இருக்க வேண்டும் என்றும் விரும்புகிறார்" என்றார். ஏற்கனவே காமேஷ் என்பவருக்கு நான் வாக்கு அளித்து விட்டேன், அதனால் இசையமைப்பாளரை மாற்றுவது நியாயமில்லை என்று கூறிவிட்டேன்.

எதிர் வீட்டுப் பையன் காலை 7 மணியளவில் வந்து "நடிகர் சிவகுமார் உன்னுடன் பேசணுமாம். எங்க வீட்டு போனில் காத்தி ருக்கிறார்" என்றான்.

“நான் ஜெயபாரதி பேசறேன் சார்!”

“நான் நடிகர் சிவகுமார் பேசறேன். நீங்க ஐயர்தானே... என்னடா ஜாதியெல்லாம் கேக்கறாரேன்னு தப்பா நெனைச்சுக்காதீங்க!”

“பரவாயில்லை.. . நான் ஐயர்தான் சார்.”

“அப்போ காலை 9 மணி அல்லது 10 மணிக்குள்ள லன்ச்சை முடிச்சிடுவீங்க இல்லியா?”

“ஆமாம்”

“இன்னிக்கு எங்க வீட்டுக்கு எங்களோட லன்ச் சாப்பிட வர-முடியுமா?”

தி. நகர் கிருஷ்ணா தெருவில் உள்ள அவர் வீட்டுக்குப் பே-ானேன். வாசலில் சிவகுமார், அவர் மனைவி மற்றும் அவர் தாயார் என் வருகைக்காகக் காத்திருந்தனர்.

“அம்மா இந்தப் பையன்தான் ‘குடிசை’ படம் எடுத்துகிட்டு இருக்கான்.” என்று என்னை அறிமுகப்படுத்தினார்.

டைனிங்டேபிள் பூராவும் விதவிதமான உணவு வகைகள். நான் ஐயர் என்பதாலோ என்னவோ நன்றாக தண்ணீர் தெளித்து அலம்பிய நுனி வாழை இலை!

சாப்பிட்டு முடித்த பின் என்னை சிவகுமார் தன் அறைக்குள் அழைத்துப் போனார்.

“நடிகர் சிவகுமார் என்கிற முறையில் இல்லை... ஓவியர் சிவ-குமார் என்கிற முறையில் ஒரு சிறு நன்கொடையை உங்கள் பட முயற்சிக்கு அளிக்கிறேன்.

வயிற்றுப் பசியோடு வெறும் டீயை குடித்துக் கொண்டு படத்தை முடிக்க சிரமப்படவேண்டாம்.” என்று கூறி விட்டு இரண்டாயிரம் ரூபாய்க்கான காசோலையை என்னிடம் தந்தார் சிவகுமார்.

“நான் பணம் தந்த விஷயம் வேறு யாருக்கும் தெரியவேண்டாம். குறிப்பாக பத்திரிகை நண்பர்களிடம் கூறிவிடாதீர்கள். ‘குடிசை’ படத்தை நடிகர் சிவகுமார்தான் முடித்துக் கொடுத்தார்” என்று

செய்தியைப் போட்டு விடுவார்கள். குடிசை படத்தை வெற்றிகரமாக முடிக்கப்போவது நீங்கள் மட்டும்தான்" என்றார் சிவகுமார்.

"இன்று பூராவும் நான் போகும் படப்பிடிப்புக்கெல்லாம் உங்களையும் அழைத்துப் போகிறேன். என்னால் முடிந்தவரை மாலைக்குள் ஒரு கணிசமான தொகையை நன்கொடையாக வசூல் செய்து தருகிறேன்" என்று என்னைத் தன் காரில் ஏற்றிக் கொண்டு ஏ.வி.எம். ஸ்டூடியோவுக்குப் போனார்.

ஆனால் படப்பிடிப்பு ரத்தாகியிருந்தது. காரணம், கோயம்புத்தூரில் தயாரிப்பாளர் (தேவர் ஃபிலிம்ஸ்) சின்னப்ப தேவர் மரணமடைந்து விட்டார்.

என்னை தி.நகர் பனகல் பார்க் அருகே இறக்கிவிட்டுவிட்டு சிவ-குமார் சின்னப்பத் தேவர் உடலுக்கு அஞ்சலி செலுத்துவ தற்காகக் கோவை செல்ல தன் வீட்டுக்குப் போனார்.

1979 ம் ஆண்டு மார்ச்சு மாதம் 30 தேதி நான் தயாரித்து இயக்கிய 'குடிசை' படம் ரிலீஸ் ஆனது.

சென்னை மவுண்ட்ரோட்டில் இருந்த சபையர், மந்தைவெளியில் இருக்கும் கபாலி மற்றும் வட சென்னையில் உள்ள தமிழ்நாடு டாக்கீஸ் என்ற மூன்று திரையரங்குகளில் 'குடிசை' திரைப்படம் திரையைத் தொட்டது.!

மனோபாலா செய்த டிசைன்கள் போஸ்டர்களாக 'குடிசை' படத்தின் ரிலீஸை பிரகடனப்படுத்தின.

பத்திரிகையாளர் 'ஞாநி' நடத்திவரும் பரிக்ஷா நாடகக்குழு உறுப்பினர்கள் பெரிய பெரிய அட்டைகளில் 'குடிசை படத்தைப் பாருங்கள்' என்று எழுதி மார்பிலும் தங்கள் முதுகிலும் மாட்டிக் கொண்டு கமர்ஷியல் சினிமாக்கள் ஓடிக் கொண்டிருந்த திரையரங்குகள் வாசலில் நின்று 'குடிசை' படத்திற்காக விளம்பரம் செய்தார்கள்.!

'Realism Comes To Tamil Cinema With KUDISAI!'

'A rare Bloom in Indian Cine Desert!'

'வடநாட்டு சத்தியஜித்ரேக்குச் சளைத்தவன் நான் இல்லை என்று நிருபித்துவிட்டார் ஜெயபாரதி'.

குடிசை படத்தின் பத்திரிகை விளம்பரம்

குடிசை படத்தின் ஒரு காட்சி

இந்தியாவின் முதல் ஃபிலிம் சொசைட்டியை புதுடில்லியில் ஆரம்பித்தவர், அப்போது தகவல் ஒளிபரப்பு அமைச்சராக இருந்த இந்திராகாந்தி ஆகும். இதன் தலைவராக உலகத்தின் தலைசிறந்த இயக்குனர் சத்யஜித்ரே இருந்தார்.

சென்னை ஃபிலிம் சொசைட்டி என் 'குடிசை' படத்தை திரையிட்டுதான் தன் ஆரம்ப விழாவை சென்னையில் நடத்தியது. ஆக 'குடிசை' என்கிற மிக எளிய படம் பார்க்க வேண்டியவர்களைப் பார்க்க வைத்து மிக விரிவான ரசிகர் பரப்பை தொட்டது.

'குடிசை' படத்தை ஆரம்பித்து முடிக்க எனக்கு மிகவும் பக்கபலமாக இருந்த ராபர்ட், ராஜசேகரன் மற்றும் மனோபாலா ஆகியவர்கள் என்னைவிட்டுப் பிரிந்து போய் என்னுள் வேதனையை ஏற்படுத்தினார்கள். ராஜசேகரன் மற்றும் ராபர்ட், டி.ராஜேந்தர் இயக்கிய ஒரு தலை ராகம் படத்தில் பணிபுரிய மாயவரம் சென்று விட்டார்கள், மனோபாலா கமலஹாசனின் சிபாரிசில் பாரதிராஜாவின் உதவி இயக்குனராகச் சேர்ந்து கொண்டார். மிக முக்கியமான விஷயம்,

தமிழ்ப் பத்திரிகைகளில் 'குடிசை' படத்தைப் பற்றிய விமர்சனங்களை நான் என் வீட்டில், என் அறையில் அமர்ந்து படித்துக் கொண்டிருந்தேன்.

வாசலில் கம்பீரமான குரலில் "சார் ... சார்" என்று யாரோ கூப்பிடுவது கேட்டு வெளியே வந்து பார்த்தேன்.

ஒரு இளைஞன் மிகவும் படபடப்பாக நின்று கொண்டிருந்தான்.

"வாங்க உள்ளே" என்றேன்

"என் பெயர் பி.கே.ரமேஷ். நானும் உங்களவன் தான்" என்று கூறிக் கொண்டே சட்டைப் பட்டன்களைக் கழற்றி விட்டு மார்பில் அணிந்திருந்தப் பூணூலை எடுத்துக் காண்பித்தான்!

"நான் ஜாதியெல்லாம் பார்ப்பதில்லை. என்ன விஷயமாக என்னைப் பார்க்க வந்தாய்?"

"கபாலி தியேட்டர்ல நேத்து 'குடிசை' படத்தைப் பார்த்தேன். என்னையும் உங்களோட சேர்த்துக்க முடியுமா?"

குடிசை படத்தின் ஒரு காட்சி

“நான் என் அடுத்த படம் எப்போ டைரக்ட் பண்ணுவேன்னு எனக்குத் தெரியாது. அதனால் ராயப்பேட்டையில் இருக்கிற ஞாநியின் பரிக்ஷா நாடகக் குழுவில் போய் சேர்ந்திடு. நான் அடுத்த படம் பண்ணும் போது அவசியம் உன்னைச் சேர்த்துக் கிறேன்”, என்று ரமேஷை ஞாநியிடம் அனுப்பி வைத்தேன்.

தமிழ்ச் சிறுகதைகளின் ஆரம்பம், தமிழ் நாடகங்களின் தோற்றம், யார் யாரெல்லாம் நாடகங்களிலிருந்து சினிமாவிற்கு வந்தார்கள், வந்தவர்கள் பிறந்த ஊர் எது, என்ன ஜாதி, அவர்களுக்கு கல்யாணம் ஆகிவிட்டதா, உலக சினிமாவின் ஜாம்பவான்கள் யார் யார்... அவர்கள் எத்தனை முறை விவாகரத்துப் பண்ணினார்கள் என்பது போன்ற அனைத்து விவரங்களையும் தன் விரல் நுனியில் வைத்திருந்தவன் இந்த பி.கே.ரமேஷ்.

இந்த அதிபுத்திசாலித்தனம்தான் இவனை மனஉளைச்சலில் கொண்டு போய் விட்டு தன்னால் தனித்து ஆக்கபூர்வமாக எதையுமே செய்ய முடியவில்லையே என்று தன்மீதே கோபம் கொண்டு ஒருநாள் காலை, தூக்கில் தொங்கி இறந்து போனான்!.

சென்னை அடையார் திரைப்படக் கல்லூரியில் படிப்பை முழுவதுமாக முடிக்காமல், பாதியில் வெளியே வந்த ஒருவர், ருத்ரையா தயாரித்து இயக்கிய ‘அவள் அப்படித்தான்’ என்கிற படத்தில் பகுதி வசனம் எழுதியவர் . மீதி வசனங்களை எழுத்தாளர் வண்ண நிலவன் எழுதினார்.

‘குடிசை’ படத்திற்குப்பிறகு அடுத்ததாக என்ன செய்வது என்று நான் குழம்பிக் கொண்டிருந்த சமயத்தில், இவர் என்னைத் தானாகவே வந்து சந்தித்தார்.

இவரின் நெருங்கிய நண்பர் ராமானுஜம் என்பவர் ‘தேனி’ என்ற ஊரில் பருத்தி விவசாயம் செய்பவர். நல்ல வசதியோடு தன் குடும்பத்தோடு தேனியில் வசிக்கிறார்.

“ராமானுஜம் மூலம் நீங்கள் உங்கள் அடுத்த படத்தை இயக்கலாம்!” என்றார். என் அடுத்த படத்திற்கான கதை என்னவென்று நான் தீர்மானிக்காமல் இருந்தேன்.

தன்னிடம் ஒரு வித்தியாசமான திரைக்கதை உள்ளது என்றும், அதற்கு ‘24 C வேதபுரம் முதல் வீதி’ என்ற தலைப்பை வைத்திருப்பதாக சொன்னார்.

தேனி சென்று ராமானுஜத்தை சந்தித்தோம், அவரும் மகிழ்ச்சியோடு அடுத்த வாரமே சென்னை வருவதாகவும் வரும் போது படம் தயாரிக்க முதல் கட்ட வேலைகளுக்காகப் பணத்தைக் கொண்டு வருவதாகவும் உறுதியளித்தார்.

என் வீட்டுப் பத்திரத்தின் மேல் ரூபாய் இருபதாயிரத்தை கடனாக வழங்க முன் வந்த Uco bank-ல் புதிதாக ஒரு கணக்கை ஆரம்பித்தோம். இரண்டு பேரும் கையெழுத்துப்போட்டால்தான் வங்கியிலிருந்து பணத்தை எடுக்க முடியும் என்ற Joint Account.

ராமானுஜம் சென்னை வந்து முதல் தவணையாக ஐம்பதாயிரம் ரூபாயை வங்கிக் கணக்கில் செலுத்தினார்.

எஸ். வி. சேகர், விசு, குடிசையில் நடித்த தண்டாயுதபாணி மற்றும் புதுமுக நடிகை ப்ரியா ஆகியோர் நடிக்க, கங்கை அமரன் இசையமைத்தார்.

எழுத்தாளர் சுப்ரமண்யராஜுவை ஒரு பாடல் எழுதச் சொல்லி எஸ். ஜானகியைப் பாட வைத்து, ஒரு பாடலை பதிவு செய்தோம் பாடலின் முதல் வரி மூடி வைத்த வீணையில் முனகும் ராகங்கள்...

சென்னை ராயப்பேட்டையில் ஒரு வீட்டில் தொடர்ந்து ஏழு நாட்கள் படப்பிடிப்பை நடத்தினேன்.

நான் படப்பிடிப்பில் பிஸியாக இருந்த போது காசோலையில்’ அந்த செலவிற்காகப் பணம், இந்த செலவிற்காகப் பணம் வங்கியிலிருந்து எடுக்க வேண்டும், என்று கூறி என் கையெழுத்தை தன் தம்பியை விட்டு வாங்கச் சொல்லி, இந்த தில்லு முல்லை செய்திருக்கிறார் அவர்.

UCO Bank ல் இருந்த என் வீட்டு விலாசத்திற்கு ஒரு பதிவுத்தபால் வந்தது, “Over draft” ஆகத் தாங்கள் பெற்ற ரூபாய் நாற்பதாயிரத்தை வட்டியுடன் உடனே செலுத்தவும். இல்லை என்றால் சட்டப்படி நடவடிக்கை எடுக்கப்படும்” என்று அந்தக் கடிதத்தில் குறிப்பிடப்பட்டிருந்தது.

நான் அதிர்ந்து போனேன். 'அவரிடம்' அந்தக் கடிதத்தைக் காண்பித்தேன்.

அதை அவர் வாங்கிப் படித்துவிட்டு துண்டு துண்டாக கிழித்து போட்டார்!

"சினிமாவுல ஜெயிக்கணும்னா இதையெல்லாம் பெரிசா எடுத்துக்கக் கூடாது" என்றார். ராமானுஜத்திற்கு உடனே புறப்பட்டு வரும்படி தந்தி அனுப்பினேன். ராமானுஜம் வந்தார்.

"இந்த விஷயத்தைப் பெரிதுபடுத்தாதீர்கள், நான் கொடுத்த பணத்தைத்தானே எடுத்துக் கொண்டார்.... படத்தை முடிக்கப் பாருங்கள். Over draft பணத்தையும் நானே செலுத்தி விடுகிறேன்" என்று அதை வங்கியில் செலுத்தினார்.

"நாணயம், நேர்மை இந்த இரண்டும் இல்லாதவரோடு என்னால் இனி இயங்க முடியாது. கதை அவருடையது. அவரை மேற்கொண்டு டைரக்ட் செய்யச் சொல்லிப் படத்தை முடித்துக் கொள்ளுங்கள்" என்று கூறிவிட்டு நான் விலகிக் கொண்டேன்.

24c வேதபுரம் முதல் வீதி படத்தின் ஆரம்ப விழாவிற்கு வந்திருந்து உற்சாகப் படுத்தியவர் நடிகர் கமலஹாசன்.

21 C வேதபுரம் முதல் வீதி துவக்க விழாவில் கமல் - ஜெயபாரதி

ஆங்கில நடிகர் ஜீன் பால் பெல்மான்டோ மாதிரி, சண்டைக் காட்சியில் டூப் போடாமல் என்னாலும் செய்யமுடியும் என்ற ஆர்வத்தில் மவுன்ட்ரோடு ஸ்பென்ஸர் கட்டிடத்திலிருந்து குதித்து காலை முறித்துக் கொண்டு வீட்டில் படுத்திருந்தார் கமல்ஹாசன். அவர் மனைவி வாணி உடன் இருந்து அவரைக் கவனித்துக் கொண்டிருந்தார்.

என் அடுத்த படத்தின் ஆரம்ப நிகழ்ச்சி உட்லண்ட்ஸ் ஹோட்டலில் என்று அவரிடம் சொன்னேன். எப்படியாவது அவசியம் வந்துவிடுகிறேன் என்றார் கமல்ஹாசன்.

அவரிடம் பேசிவிட்டு அவர் அறையிலிருந்து வெளியே வந்தேன் நான். எதிரே வந்த இயக்குனர் கே. பலாச்சந்தர் அவர்கள் என்னிடம் கோபப்பட்டார்.

"நீதான் அவனைக் கெடுத்தே? காலை ஒடச்சுண்டு படுத் துண்டு இருக்கான் எல்லா படமும் அப்படியே நிக்கறது? எவன் பைனான்ஷியருக்கு வட்டி கட்டறது?"

எனக்கு அவர் பேச்சு புரியவில்லை

"நீ தானே கணையாழி பத்திரிகையை கமல்கிட்டே கொடுத்துப் படிக்கச் சொன்னே?"

"ஆமாம், வருட சந்தாவும் கட்டச் சொல்லியிருக்கேன்.!"

"கிழிஞ்சது... வருஷம் பூராவும் படிக்க ஏற்பாடா? நடிகனுக்கு எதற்கு இலக்கியம்? கெடுத்துட்டியே!"

கோபமாகப் பேசிவிட்டு கமலைப் பார்க்க அவர் அறைக்குள் போய்விட்டார்.

ஆமாம், இலக்கியம் படித்தால் கால் உடைந்துபோகுமா என்ன? எனக்குள்ளேயே கேட்டுக்கொண்டேன்.

காலை சாய்த்து சாய்த்து நடந்து கமல் 24 C வேதபுரம் முதல் வீதி படத்தின் ஆரம்ப நிகழ்ச்சிக்கு வந்தார்.

சுமார் எட்டாயிரம் - Edited length. ஒரு பாடலுடன் வளர்ந்த 24C வேதபுரம் முதல் வீதி என்கிற எனது இரண்டாவது படம் பாதியில் என்னால் கைவிடப்பட்டது.

“திரைப்படங்கள் இயக்குவதை நிறுத்திக் கொள்கிறேன்” என்ற தலைப்பில் ஃபிலிமாலயா பத்திரிகைக்கு நான் அளித்த பேட்டி பிரசுரமாகியிருந்தது.

முற்போக்கு தமிழ் எழுத்தாளர் சங்கத்தின் செயலாளராக வழக்கறிஞர் செந்தில்நாதன் என்பவர் இருந்தார்.

தஞ்சாவூரில் நடைபெற இருக்கும் மாநில மாநாட்டில் கலந்து கொண்டு என் சினிமா அனுபவங்களைப் பேச தஞ்சை வருமாறு அழைத்தார்.

தஞ்சாவூரில் மிகப் பிரம்மாண்டமான பந்தலில் ஆயிரக் கணக்கில் கம்யூனிஸ்ட் கட்சி தோழர்கள் பங்கேற்ற மாநாடு அது. மேடையேறிப் பேசி பழக்கமேயில்லாதவன் நான். அன்று ஏறக்குறைய முக்கால் மணி நேரம் பேசமுடிந்தது. என் பேச்சை கேட்டத் தோழர்கள் ‘என் மூலமாகத்தான் புரட்சி ஏற்பட்டு பெரிய அரசியல் மாற்றமே ஏற்படப் போகிறது’ என்கிற மாதிரி, கைதட்டி கரகோஷம் செய்து மகிழ்ந்து போனார்கள்.

மதிய உணவு இடைவேளையின்போது தோழர்கள் என்னைச் சூழ்ந்து கொண்டனர்.

கம்யூனிஸ்ட் கட்சியில் இருப்பவர்களில் பெரும்பாலானவர்கள் வழக்கறிஞர்களாக இருப்பது எப்படி என்று புரியவில்லை!

டி. செல்வராஜ் எழுதிய ‘தேநீர்’ நாவலை இயக்குவதாக இருந்தால் தோழர்கள் நிதி திரட்டி (Group Funding) அளிப்பார்கள் என்று கூறி நாவலை என் கையில் தந்தார்கள்.

1947 க்கு முன் வெள்ளைக்காரர்கள் ஆட்சிக்காலத்தில் தமிழகத் தேயிலைத் தோட்டங்களில் கொத்தடிமைகளாக உழன்ற உழைக்கும் வர்க்கத்தைப் பற்றிய கதையே தேநீர் நாவலின் மையக் கரு.

"'தேநீர்' படத்தை "Period" படமாக எடுக்கவேண்டும், செலவு கட்டுக்குள் வராது. இந்திய சுதந்திரத்திற்கு முன்புதான் இல்லை, இப்போதும் கொத்தடிமைகள் இருக்கத்தான் செய்கிறார்கள். ஆகவே, புதிதாக நீங்களே ஒரு கதையை உருவாக்கித் தாருங்கள். அதை படமாக்கலாம்" என்று சொன்னேன்.

"தேநீர்' நாவலைப் படமாக்கினால் தான் தோழர்களால் நிதி திரட்ட முடியும்" என்ற உறுதியாகச் சொன்னார்கள்.

'தேநீர்' படவேலைகள் ஆரம்பமாயின.

சென்னை தி.நகர் பஸ் நிலையம் அருகே உள்ள ஹோட்டல் சுதாராவில் 'வைகறை ஃபிலிம்ஸ்' அலுவலகம் ஆரம்பிக்கப் பட்டது.

கமர்ஷியல் சினிமாக்காரர்கள் தான் ரூம்போட்டு திரைக்தை எழுதுவார்கள். ஏதாவது ஒரு சிறிய இடத்தை வாடகைக்கு எடுத்துக் கொண்டு அதை அலுவலகமாக வைத்துக் கொள்ளலாம் என்று எவ்வளவு எடுத்துச் சொன்னாலும், தயாரிப்பு பொறுப்பை ஏற்ற செம்மலர் செல்வன் மறுத்துவிட்டார்.

"உங்களுடைய வேலை, திரைக்கதை எழுதி இயக்குவது மட்டும்தான் ஜெயபாரதி, மற்றதை நான் பார்த்துக் கொள்கிறேன்" என்றார் அவர்.

'நீ உன் கடமையை மட்டும் செய் விபரீதங்களை கண்டு கொள்ளாதே!'

கதாநாயகன் கதாபாத்திரத்திற்கு நான் கேட்டவுடனே மிகுந்த சந்தோஷத்துடன் கே. பாக்கியராஜ் நடிக்க ஒப்புக் கொண்டார்.

இசையமைக்க, அன்று புகழின் உச்சியில் இருந்த இளையராஜாவை கேட்கலாம் என்று டி. செல்வராஜ் (தேநீர் நாவலை எழுதியவர்) கூற 'நான் ராஜா சார் இருந்தா நம் படத்திற்கு பலம்தான் ... ஆனால் இப்போது இருக்கும் நிலையில் அவருக்கு நம் வசதிப்படி குறைவான சன்மானத்தை அளிக்க கூடாது. மேலும் பாடல் பதிவிற்காக பல மாதங்கள் நாம் காத்திருக்க வேண்டும்' என்றேன்.

"நான் ராஜாவிடம் பேசுகிறேன்" என்று என்னை ரெக்கார்டிங் தியேட்டருக்கு அழைத்துப் போனார் டி. செல்வராஜ்.

இளையராஜாவின் எதிரில் பின்னணிப் பாடகி பி.சுசீலா அவர்கள் அமர்ந்திருந்தார்.

"ராஜா... நாங்க தேநீர் படம் எடுக்கிறோம். ஜெயபாரதிதான் டைரக்டர்,நீதான் இசை!" டி.. செல்வராஜ் கூறினார்.

"இல்லை! நான் இப்போது ஏகப்பட்ட படங்கள் பண்றேன். எனக்கு நேரமே பத்தலே... அமரன் (கங்கை அமரன்) பண்ணட்டும்" என்றார் இளையராஜா.

"நான் கேட்டும் மாட்டேங்கறே! நீங்க சாப்பாட்டுக்கே இல்லாம கஷ்டப்பட்ட போது கட்சிதான் உங்க அண்ணனுக்கு (பாவலர் வரதராஜனுக்கு) ரொம்ப ஆதரவா இருந்ததை மறந்துட்டு பேசறே... தோழர்கள் தயாரிக்கற படத்துக்கு இசையமைக்கறது உன் கடமை.!"

"நான் ஜெயபாரதிக்கிட்டே பேசிக்கறேன் " என்று கூறிவிட்டு என்னைத் தனியாக அழைத்துப் போனார் இளையராஜா.

"பார்த்தீங்களா ஜெயபாரதி... இடம் பொருள்....எதுவும் பார்க்காம ஸ்டூடியோவுக்குள் வந்து எப்படி பேசறார்? வேண்டாம்... ஜெயபாரதி... நானும் படத்தை டைரக்ட் பண்ணமாட்டேன்னு மறுத்திடுங்க அது உங்களுக்கு ரொம்ப நல்லது... உங்களுக்கு நிச்சயம் அடுத்தப்படத்துக்கான வாய்ப்பு வரும். நீங்க இவங்க தயாரிக்கப்போற படத்தை டைரக்ட் பண்ணினா ஒங்க கையில அரிவாள் சுத்தியை கொடுத்திடுவாங்க, இசையமைப்பாளர் எம்.பி. சீனிவாசனுக்கு ஏற்பட்ட நிலைமைதான் உங்களுக்கும் ஏற்படும் ஜெயபாரதி".!

எம்.பி. சீனிவாசன் என்னைப் பொறுத்தவரையில் இசையில் மேதை. "ஒரு சிறந்த இசையமைப்பாளர் யார்?" எனறு நான் கேட்டபோது, அவர் என்னிடம் சொன்ன விஷயம் இதுதான்.

"பின்னணி இசை அமைக்கும் போது எந்த இடத்தில் இசையை நிறுத்த வேண்டும் என்று எவனுக்குத் தெரிந்திருக்கிறதோ அவனே தலைசிறந்த இசையமைப்பாளர்!"

இந்த அற்புதக் கலைஞனை தமிழ் திரை உலகம் முற்றிலுமாகப் புறக்கணித்தது.

அன்றைய தமிழ் சினிமா உலகில் நடிகர் மற்றும் நடிகைகள் மட்டும்தான் தங்களுக்குச் சேரவேண்டிய சம்பளத்தை மொத்தமாகப் பெற்றுக் கொண்டு கார்கள், பங்களாக்கள் என்று வசதியாக வாழ்ந்து கொண்டிருந்தார்கள். இது நிஜம்.

ஆனால் கடும் வெயில் மழை என்று பார்க்காமல் இயக்குனர் கேட்டபோது காடு மலைகளில் ஏறி (உபகரணங்களை தூக்கிக் கொண்டு தான்) கடுமையாக உழைக்கும் தொழிற்நுட்பக் கலைஞர்கள் மற்றும் அடித்தட்டு சினிமா கலைஞர்கள் வெறும் சோற்றை (ஷூட்டிங்கில் போட்ட சாப்பாடு) தின்று விட்டு வாழ்நாள் பூராவும் வாழ்க்கை உத்திரவாதம் இன்றி அவதிப்படுவதை நிறுத்த ஆரம்பிக்கப்பட்ட சங்கங்களே தென்னிந்திய திரைப்படச் சங்கங்கள்.

இதை முதன் முதலில் ஆரம்பித்து அது கப்பும் கிளையுமாக விருட்சமாக வளர வழிசெய்த ஒரு மனிதர்தான் இசையமைப்பாளர் அமரர் எம்.பி.சீனிவாசன் அவர்கள்!

தேநீர் படத்திற்கு கங்கை அமரன் இசையமைத்தார். நான்கு பாடல்களையும் ஆளுக்கு ஒன்றாக தோழர்களே எழுதினார்கள்.

'தேநீர்' பட ஆரம்ப விழாவிற்கு தொழிற்சங்கத்தலைவர் தோழர் வி.பி.சிந்தனை அழைக்க என்னையும் அழைத்துக் கொண்டு போனார்கள். பொறுமையாக எல்லாவற்றையும் கேட்டார் வி.பி.சிந்தன்.

"இந்த இளைஞர் ஜெயபாரதி பொறுப்பாகவும் மிகச் சிறப்பாகவும் நிச்சயம் படத்தை இயக்குவார். ஆனால் தோழர்கள் கையில் காசு இல்லாதவரை தான் "கம்யூனிஸ்ட்டுகளாக" இருப்பார்கள். நாலு காசு அவர்களின் கையில் கிடைத்தால் போதும், கள்குடித்த குரங்கைப்போல ஆட்டம் போடுவார்கள்! ஆகவே நான் ஆரம்ப விழாவிற்கு வரமாட்டேன். படத்தை நல்லபடியாக முடித்து விட்டுக் கூப்பிடுங்கள். பார்த்துவிட்டு கருத்துச் சொல்கிறேன்" என்றார்.

வி.பி.சிந்தன் - ஜெயபாரதி

ஆமாம், கள் குடித்த குரங்கைப் போலத்தான் பேயாட்டம்போட்டார்தயாரிப்பு வேலைகளைக் கவனித்து வந்த தோழர் செம்மலர்ச் செல்வன் என்பவர். கையில் வைத்திருந்த பையின் நிறம் சிகப்பு. கட்டிய வேட்டியின் கரைசிகப்பு. முகம் துடைத்துக் கொள்ள வைத்திருந்த கைக்குட்டையின் நிறம் சிகப்பு. உள்ளே அணிந்திருந்த ஜட்டியின் நிறம் என்ன என்பதுதான் தெரியவில்லை!.

ஒரு நாள் உதவி இயக்குனர் ரமணன், காமிராமேன் ரமேஷ், நான் மற்றும் செம்மலர்ச் செல்வன் ஆகியோர் மதிய உணவு சாப்பிட ஒரு அசைவ ஹோட்டலுக்குச் சென்றோம். நாங்கள் மூவரும் எங்களுக்கு எவ்வளவு தேவையோ அதை மட்டும் சாப்பிட்டோம். ஆனால் செம்மலர்ச் செல்வனோ ஆடு, கோழி, காடை, மீன், நண்டு, முட்டை என்று அந்த ஒட்டலில் தயார் செய்யப்பட்டிருந்த அத்தனை ஐட்டங்களையும் ஆர்டர் செய்து சாப்பிட்டார். வெளியே வந்து அருகில் இருந்த கடையில் ஜில் லென்று ஒரு பெரிய தம்ளர் லஸ்ஸியையும் வாங்கிக் குடித்தார்.

“என்ன சார்,.... இப்படியா சாப்பிடறது?ஒரு வயசுக்குமேல இப்படி சாப்பிட்டா பெரிய பிரச்சினையாயிடும் தெரியுமா?” என்று கேட்டேன்.

“நீங்கவேற... மறுபடியும் தோழர்கள் எப்ப படம் எடுக்கப் போறாங்க? என்னைத் தயாரிப்புப் பொறுப்பைப் பார்த்துக்கச் சொல்லவா போறாங்க .... இப்ப அனுபவிச்சாதான் உண்டு”.... என்றார், வாயில் கும்பகோணம் வெத்தலை, வருத்த சீவல் மற்றும் பன்னீர் புகையிலையை மென்றபடி! அவர் வாயும் சிகப்பாகத்தான் இருந்தது!.

ஊட்டியில் கோத்தகிரி எஸ்டேட்டில் பத்து நாட்கள் படப்பிடிப்பு நடந்தது. ஒரு நாள்கூட செம்மலர்ச் செல்வன் அங்கே வந்து படப்பிடிப்பெல்லாம் ஒழுங்காக நடக்கிறதா என்று பார்க்கக்கூட வரவில்லை... சென்னை சுதாரா ஹோட்டல் அறையில் தனியாகத் தங்கியிருந்தார்.

அடுத்தகட்ட படபிடிப்புக்காக ஏறக்குறைய எண்பது பேர் கொண்ட திரைப்படக் குழு கோத்தகிரி சென்றாகிவிட்டது.

நான் அன்று இரவு நீலகிரி எக்பிரஸில் என் உதவி இயக்குனருடன் புறப்படத் தயாரானேன்.

செம்மலர்ச்செல்வன் கோத்தகிரியில் இருக்கும் அந்த எண்பது பேரையும் உடனடியாக சென்னை திரும்பி விடும்படி என்னை போன் மூலமாக சொல்லச் சொன்னார். காரணத்தை நான் கேட்டேன். படப்பிடிப்புச் செலவுகளுக்கான பணம் வரவில்லை.... இப்போதைக்கு வராது போல இருக்கிறது என்று மிக அமைதியாகச் சொன்னார். நான் அதிர்ச்சி அடைந்தேன். கோத்தகிரியிலிருந்து எண்பது பேர்கள் சென்னை திரும்பவேண்டுமானலும் பணத்தை அங்கே எடுத்துச் செல்ல வேண்டும்.

தேநீர் படப்பிடிப்பில் கே. பாக்யராஜ் - ஜெயபாரதி

நடிகர் சந்திரசேகரின் அண்ணன் டிசைனர் பாண்டியன் அன்று மிகப் பிரபலமாக இருந்தார். போஸ்ட்டர்களின் டிசைன்களை அவர் செய்யாத படங்களே இல்லை என்று கூறலாம். அவர் என்னைப் பார்க்க தேநீர் படத்திற்கான விளம்பர டிசைனுடன் வந்தார்.

நடந்ததை அவரிடம் சொன்னேன் . அவர் என்னை

அழைத்துக்கொண்டு பாக்யராஜ் வீட்டுக்குப் போனார். பாக்யராஜின் மனைவி பிரவீணாவிடம் விஷயத்தை அவர் சொல்ல, பிரவீணா ஐம்பதாயிரத்தை என்னிடம் தந்து உடனே கோத்தகிரிக்குப்போய் படப்பிடிப்பை நடத்தச் சொன்னார்.

நான் கோத்தகிரி சென்று ஐந்து நாட்கள் படப்பிடிப்பை நடத்தினேன். தொடர்ந்து நடத்த Picture Negative இல்லாததால் சென்னையிலிருந்து செம்மலர்ச்செல்வன் பணம் மற்றும் Negative இவைகளுடன் வருவார் என்று எதிர்பார்த்தேன். டிரங்கால் போட்டு ஹோட்டலில் கேட்டால் வைகறை ஃபிலிம்ஸ் அறை நான்கு நாட்களாக பூட்டியபடி இருக்கிறது என்றார்கள்.

ப்ரொடக்ஷன் முத்து என்னிடம் வந்தார். “இனிமேல் எண்பது பேர்களுக்கு காலை டிபன், மதியம் சாப்பாடு, இரவு மறுபடியும் சாப்பாடு தயார் செய்ய முடியாது என்றார்.

கொடுத்த பணம் அத்தனையும் தீர்ந்துபோய் ஏற்கனவே கோத்தகிரி மார்க்கெட்டில் ஒருபலசரக்குக் கடையில் கடனாக மளிகை சாமான்கள் வாங்கியிருப்பதால் மேற்கொண்டு கடைக்காரர் தர முடியாது என்கிறார்” என்றார் முத்து.

முத்து என் எல்லாப் படங்களுக்கும் உணவு டிபார்ட் மென்ட்டைக் கவனித்து வருபவர். இவர்மீது எம்.ஜி ஆருக்கு அளவுகடந்த அன்பு உண்டு. இவரின் நேர்மை, உழைப்பு, சிக்கனம் என்.ஜி.ஆருக்குப் பிடித்துப்போய் தன் அன்பளிப்பாக கே.கே.நகரில் அரை கிரவுண்ட் நிலத்தை அளித்திருக்கிறார். இன்றும் முத்து அங்கே வீடு கட்டிக் கொண்டு தன் குடும்பத்துடன் வசிக்கிறார்.

தேநீர் படத்தில் அம்மாவாக நடித்தவர் ரேணுகா என்கிற பெண்மணி . உடம்பு நிறைய தங்க நகைகளை அணிந்திருப்பார்.

“டைரக்டர் சார் .... இனிமேலயும் ஷூட்டிங் நடத்த சென்னையிலேருந்து Negative மற்றும் பணமும் வரும்னு நம்பிக்கிட்டு இருக்காதீங்க. பாடல் காட்சிக்காக நிறைய குரூப் டான்ஸ் பெண்கள்வேற வந்திருக்காங்க. ஏதாவது தப்பு நடந்தா உங்களுக்குப் பெரிய பிரச்சினையாயிடும். உடனே எல்லாரையும் மெட்ராஸ் போக ஏற்பாடு பண்ணுங்கள்!” என்றார் ரேணுகா.

இத்தனை பேரைத் திருப்பி அனுப்பக்கூட நிறைய பணம் வேண்டும். இரண்டு கார், இரண்டு வேன்கள், Out door Unit Van இவை எல்லாவற்றிற்கும் சென்னை போவதற்கு டீசல், பெட்ரோல் நிரப்ப வேண்டும். நீலகிரியிலிருந்து கோவை; அங்கிருந்து சென்னைக்கு இத்தனை பேருக்கும் ரயில் டிக்கெட்....

ரேணுகா தன் உடம்பிலுள்ள அத்தனை நகைகளையும் கழற்றி என் கைகளில் தந்தார். காமிரா மேன் ஆர். எம். ரமேஷ், அவர் தந்தை அணிந்திருந்த மிகப் பெரிய தங்க மோதிரத்தை இப்போது தந்தைக்குப்பிறகு அணிந்திருந்தார். அவரும் அதைக் கழற்றிக் கொடுக்க, கோத்தகிரி மார்கெட்டில் நகைகளை அடமானமாக வைத்துப் பணம் பெற்று வந்து தேநீர் படப்பிடிப்பிற்கு வந்தவர் களை பத்திரமாகத் திருப்பி அனுப்பினேன்.

ராஜு ஒரு அம்பாஸிடர் கார் டிரைவர். பெட்ரோல் போட்டாலும் ஷூட்டிங் பேட்டா தந்தாலும் தன்னால் சென்னை போக முடியாது என்று கூறினார்.

காரணம் என்ன?

'டைரக்டர் சாரை பத்திரமாக சென்னைக்கு அழைத்துப்போவது என் கடமை. அவர் வராமல் நான் போகமாட்டேன்' என்றார் ராஜு.

முத்து கடனில் வாங்கிய மளிகை கடைக்கு செலுத்தப் பணம் இல்லை. இதனால் நான், உதவி இயக்குனர் ரமணன், நடிக்க வந்த ஒய். ஜி. சுந்தர்(இவர் ஒய்.ஜி. மகேந்திராவின் சித்தப்பா) மற்றும் காமிராமேன் ஆர். எம். ரமேஷ் சென்னையிலிருந்து வை-கறை ஃபிலிம்ஸ் சம்மந்தபட்ட யாராவது வருவார்களா என்று காத்திருந்தோம்.

ஐந்து நாட்கள் கழித்து, துறையூரிலிருந்து வழக்கறிஞர் முத்துகிருஷ்ணன் என்ற தோழர் பணத்துடன் வந்து எங்களை மீட்டார்.

சென்னை திரும்பியதும் பாக்யராஜின் மனைவி பிரவிணா, மற்றும் நகைகளைக் கழற்றிக் கொடுத்த நடிகை ரேணுகா, ரமேஷ் ஆகியவர்களுக்குப் பணமாக திருப்பி அளிக்கும்படி நான் சொல்ல, திருப்பித் தந்தார் செம்மலர்ச்செல்வன்.

நடிகை ரேணுகா சில ஆண்டுகள் முன்னால் புற்று நோயால் காலமானார். அடுத்த கட்ட படப்பிடிப்பிற்குத் தோழர்களால் நிதி திரட்ட முடியவில்லை!

எடுத்த படத்தை ஓரளவு தொகுப்பாக்கி (Edit செய்து) சில வினியோகஸ்தருக்குப் போட்டு காண்பித்தா (கே.பாக்யராஜ் நடித்திருப்பதால்!) முன் பணம் தருவார்கள், அந்தப் பணத்தில் மறு-படியும் படபிடிப்பை நடத்தலாம், ஆகவே எடிட்டிங் செலவிற்குப் பணம் தேவை என்று கேட்டேன், அதற்கும் தன்னிடம் பணம் இல்லை என்றார் செம்மலர்ச்செல்வன்.

என் கையில் கட்டியிருந்த விலை உயர்ந்த வாட்சைக் கழற்றி மார்வாடிக் கடையில் வைத்து பணம் கொண்டு வரச்சொல்லி பணத்துடன் படத்தை Edit செய்யச் சென்று விட்டேன். இரவு ஒன்பது மணிவரை வேலை செய்து விட்டுக் களைத்து ஹோட்டல் அறைக்கு வந்தேன். நல்ல மழைவேறு பெய்து கொண்டிருந்தது.

வைகறை ஃபிலிம்ஸ் இயங்கிய ஹோட்டல் அறை பூட்டப் பட்டிருந்தது. அறைகளில் தங்கியிருப்பவர்களுக்கு காபி, டீ போன்றவற்றை வாங்கித்தரும் Room boy யிடம் தயாரிப்பாளர் எங்கே என்று கேட்டேன்.

"வெளியே பூட்டச் சொல்லிட்டு அறைக்குள்ளே உங்க ப்ரொடியூசர் இருக்கார்!" என்றான் அந்தப் பையன்.

நான் மிரட்டியதால் கதவைத் திறந்தான் அவன்.

உள்ளே!

அவர் இரண்டு பெண்களுடன் .... பிராந்தி பாட்டில்கள்... தரை பூராவும் தின்ற பிரியாணிப் பொட்டலங்கள்... போதை தலைக் கேறிய நிலையில் இடுப்பில் வேட்டிகூட இல்லாமல் அந்த இரண்டு பெண்களையும் அணைத்தபடி ....

எனக்கு அடிவயிற்றில் குமட்டிக்கொண்டு வந்தது

கையில் காசு இல்லாதவரைக்கும் நம்ம ஆளுங்க கம்யூனிஸ்ட்டுகள். நாலு காசு கிடைத்தால் அவர்கள்....

தோழர் வி.பி. சிந்தன் சொன்னது அப்படியே உண்மையானது உழைக்கும் தொழிலாளர்களின் நலனுக்காக தன் வாழ் நாள் பூராவும் உழைத்த மனிதர் அவர்.

ஒன்று பட்ட சோவியத் ரஷ்யாவின் அழைப்பின் பேரில் மாஸ்கோ சென்ற போது, தான் பார்த்த Red March இன் போது மேடையில் அமர்ந்தபடியே மரணமடைந்த உண்மையான கம்யூனிஸ்ட். மிக சுத்தமான தோழர் வி.பி. சிந்தன் என்பவர்.

ஒரு நல்ல திரைப்படத்தை தமிழில் தயாரிக்க வேண்டும் என்ற உயர்ந்த எண்ணத்தோடு முன் வந்த சில கம்யூனிஸ்ட் கட்சித் தோழர்களில் ஒருவரின் ஒழுக்கமின்மையால் ஆமைவேகத்தில் வளர்ந்துகொண்டிருந்த (தேநீர் என்கிற இலக்கியப் படைப்பு) திரைப்படம் தடைபட்டுப் போனதால் எனக்கு மனவருத்தம் ஏற்பட்டதே தவிர, இன்றளவும் கம்யூனிச சித்தாந்தத்தின்மீதும் இடதுசாரி இயக்கத்தின் மீதுள்ள மதிப்பு மற்றும் மரியாதை எள்ளளவும் குறைந்து விடவில்லை.

அதனால்தான் இத்தொகுப்பின் ஆரம்பப் பக்கத்தில் காம்ரேட் லெனின் சினிமா என்கிற ஊடகத்தைப் பற்றி என்றோ சொன்ன வரிகளை வினாயகர் துதி போல் சேர்த்தபின்தான் மற்ற விஷயங்களைப் பற்றி எழுதவே ஆரம்பித்தேன்

என்னிடம் தேநீர் நாவலைப் படமாக்குங்கள் என்று தஞ்சாவூர் மாநில மாநாட்டின் போது சொன்னபோது, அவர்கள் எனக்குப் போட்ட கண்டிஷன்கள் ஒழுக்கம்... ஒழுக்கம்... ஒழுக்கம்...

‘எந்த சினிமாத்தனமும் இல்லாமல்... மது மாது போன்றவற்றின் வாசனை கூட ‘தேநீர்’ படம் முடியும் வரை வெளிப்படக்கூடாது! எங்களின் பலமே ஒழுக்கம்’ தான் என்றார்கள் ஒரே குரலில்.

தோழர்கள் ‘தேநீர்’ நாவலைத் திரைப்படமாகத் தயாரிக்கிறார்கள் என்பதால் ஒரு சாதாரண தோழர் தன் பங்களிப்பும் அதில் இருக்க வேண்டும் என்பதற்காக தன் மனைவியின் திருமாங் கல்யத்தை விற்று பணம் கொண்டு வந்து சுதாரா ஹோட்டல் அறையில் என் கண் முன்னே செம்மலர்ச் செல்வனிடம் தந்ததைப் பார்த்தேன். அவரும் அந்தப் பணத்தைப் பெற்றுக் கொண்டு அதை தன் சிகப்பு ரெக்சின் பையில் திணித்ததையும் பார்த்தேன்.

இவர் தன் ஊரில் ‘செம்மலர்’ என்கிற முற்போக்கு இலக்கியப் பத்திரிகை வேறு நடத்திக் கொண்டிருந்தார்!.

சில ஆண்டுகளுக்கு முன்னால் இவர் மாரடைப்பால் காலமானார்.

அந்தக் காலகட்டங்களில் தமிழ் மேடை நாடகங்களில் மிகப் பிரபலமான நாடகம் கோமல் சாமிநாதன் என்பவர் எழுதி இயக்கிய பட்டிணப் பிரவேசம் சென்னை சபாக்களில் நடந்துக் கொண்டிருந்தது.

இந்த 'பட்டிணப் பிரவேசம்' நாடகத்தை திரைப்படமாக இயக்க கே. பாலச்சந்தர் அவர்க்ள கோமல் சாமிநாதனிடமிருந்து உரிமையை வாங்கினார்.

நாடகத்தில் நடித்த எல்லா நடிகர்களையும் நடிக்க வைத்தார் கே. பாலச்சந்தர். ஆனால் அதில் வரும் மிக முக்கியமான வேடத்தில் நடிக்க வைக்க அவர் என்னை முடிவு செய்து அனந்துவிடம் சொல்ல, இப்போதும் ஜெயபாரதி தேநீர் என்கிற படத்தை டைரக்ட் செய்து கொண்டிருக்கிறான். என்று சொன்னார் அனந்து.

"என்னய்யா... ஒவ்வொரு தடவையும் இப்படி ஆறதே" என்று சலித்துக் கொண்டாராம் பாலச்சந்தர். மூன்று முடிச்சு, பட்டிணப் பிரவேசம் கே. பாலச்சந்தர் இயக்கிய படங்கள், நான் நடிக்க வாய்ப்பு கேட்காமலே என் வீட்டு வாசல் கதவை தட்டியும் ஏன் என்னால் கே. பாலச்சந்தரின் படங்களில் அவர் அழைத்தும் போய் நடிக்க முடியவில்லை?.

என் ஜாதகத்தைக் காட்டி ஜோசியரிடம் அதற்கான காரணத் தைக் கேட்கவில்லை. ஏனென்றால் மூன்றாவது முறையாக என்னைக் கதாநாயகனாக நடிக்க வைக்க என் வீட்டுக் கதவைத் தட்டியது இயக்குனர் ருத்ரையா! "ஜெயபாரதி! நான் ருத்ரையா பேசறேன், ஒரு முக்கியமான விஷயமாக உங்களை நான் சந்திக்க வேண்டும் கார் அனுப்புகிறேன். வரமுடியுமா?" என்றார்

குமார் ஆர்ட்ஸில் ருத்ரையாவைச் சந்தித்தேன்.

கிராமத்து அத்தியாயம்னு ஒரு படம் தயாரிச்சு டைரக்ட் பண்ணப்போறேன். அதுல நீங்கதான் ஹீரோ! இன்னிக்கு ராத்திரியே சேலம் புறப்படணும்"

ருத்ரையா

"தேநீர் படம் பலபிரச்சனைகளில் மெதுவாக வளர்ந்து கொண்டிருக்கிறது. அதனால் ருத்ரையாவிடம் என்னால் நடிக்க வரமுடியாது, மேலும் நான் நடிக்கப்போய்விட்டால் தோழர்களின் கோபத்திற்கு ஆளாக நேரிடலாம்." என்றேன்.

"உங்கள் தயாரிப்பாளர்களிடம் பேசிவிட்டுச் சொல்லுங்கள்!" என்றார் ருத்ரையா.

எந்தப் புதுமுகமும் அவருக்கு திருப்தியாக இல்லை. கமலஹாசனின் அண்ணன் சாருஹாசன்தான் ஜெயபாரதியை ஹீரோவாக நடிக்க வையுங்கள் என்றிருக்கிறார்.

நீங்கள் ஹீரோவாக நடிப்பதில் அளவற்ற மகிழ்ச்சி. எங்கள் பட டைரக்டர் ஹீரோவானால் தேநீர் படத்திற்கு மிகப் பெரிய விளம்பரம் கிடைக்கும் என்று சொல்லி சேலம் போய் நடித்துவிட்டு வரச் சொன்னார்கள் தோழர்கள்.

என்னுடன் கதாநாயகியாக நடித்தவர் ஒரு லேடி டாக்டர். பெயர் கிருஷ்ணகுமாரி. இவர் இந்தி நடிகை ராமேஸ்வரியின் தங்கை. திருப்பதியில் கணவருடன் வசிக்கிறார். கணவரும் ஒரு டாக்டர்.

நடன இயக்குனர் ரகுராம் மாஸ்டர் இயக்கத்தில் இளையராஜா இசையமைத்த "ஆத்து மேட்டுலே ஒரு பாட்டு கேக்குது..." என்ற பாடலுக்கு கமர்ஷியல் நடிகன் மாதிரி டான்ஸ் மூவ்மென்ட்ஸ் கொடுத்து (கதாநாயகியை துரத்திப் பிடித்து!) நடிக்க வைத்தார்.

இப்பாடல் காட்சிக்குப் பிறகு ரொம்பவும் உணர்ச்சி பூர்வமான காட்சிகளில் நடித்தேன். என்னுடன் நடித்த இன்னொரு புதுமுகம் கமலஹாசனின் அண்ணன் சந்திரஹாசன்.

சேலத்தில் பத்து நாட்கள் படப்பிடிப்பில் கலந்து கொண்டபின் சென்னை வந்தேன். தேநீர் விஷயமாக நான் சற்று பிஸியாகியதால் கங்கை அமரன் எனக்கு டப்பிங் (குரல்) பேசினார். கே. பாக்யராஜுக்கும் அவரின் முதல் படத்தில் கங்கை அமரன்தான் டப்பிங் பேசினார்.

நான் எங்கே போனாலும் திரை உலக நண்பர்களை சந்தித் தாலும் "வாங்க ஹீரோ சார்... அசத்திட்டீங்களாமே"? என்று கேட்க ஆரம்பித்தனர். கமலைப் பார்க்க அவர் வீட்டுக்குப் போனால் "மன்னி... ஹீரோ... வந்திருக்கார்... காபி ரெடி பண்ணுங்கோ".... என்று சிரித்தபடி கூறி விட்டு சிறுமி சுஹாசினி உள்ளே போய் விடுவார்.

"ருத்ரையா... நான் நடிச்சதைப் பார்கணுமே"! என்று அவரிடம் கேட்டேன்.

ஏ.வி.எம். ப்ரிவ்யூ தியேட்டரில் நான் நடித்த பாடல் காட்சி மற்றும் மற்ற காட்சிகளையும் திரையிட்டனர். என்னுடன் தயாரிப்பாளர் பஞ்சு அருணாச்சலம் அனந்து மற்றும் ருத்ரையா படம் பார்த்தார்கள். பாடலும் காட்சிகளும் முடிந்தன.

"ஜெயபாரதி... அபாரம்... இனிமே தொடர்ந்து நடிக்கவும் செய்யுங்க... தமிழ்த் திரை உலகுக்குக் கிடைச்ச இன்னொரு நல்ல ஹீரோ நீங்க! " என்று பாராட்டினார் பஞ்சு அருணாசலம்.

"இதனால்தான் டைரக்டர் பாலச்சந்தர் இவரை 'மூன்று முடிச்சுல' நடிக்க வைக்கனும்னு நினைச்சார்... அது முடியலே.... பரவாயில்லை ருத்ரையா மூலமாக Late Entry.... ஆனாலும் நல்ல ஆரம்பம் ஜெயபாரதிக்கு" என்றார் அனந்து அவர்கள்.

நடிப்பது இருக்கட்டும்... எப்படியாவது 'தேநீர்' படத்தை முடித்துவிட வேண்டும் என்று முனைப்பாகவே இருந்தேன். ஆனால் தோழர்களால் மேற்கொண்டு பணம் திரட்ட முடியவில்லை.

மறுபடியும் கிராமத்து அத்தியாயம் படத்தில் நடிப்பதற்காக (ஹீரோவாக!) சேலம் சென்றேன்.

நான் ஒரு இயக்குனர் என்பதால் ருத்ரையா தனி அறையில் என்னைத் தங்க வைத்திருந்தார்.

காலையில் குளித்து ரெடியானதும் வாசலில் கார் வரும். லொகேஷனுக்கு அழைத்துப் போவார்கள்.

காலை உணவு சாப்பிட்டபின் மேக்கப்மேன் சுந்தரமூர்த்தி (இவர் கமலஹாசனின் மேக்கப்மேன்) எனக்கு மேக்கப் போட்டு விடுவார்.

"நான் மேக்கப் போட்டாலே அவங்க பெரிய ஹீரோ ஆகிவிடுவார்" என்று கூறினார் சுந்தரமூர்த்தி.

படத்திற்கான உடைகளை அணிந்து கொள்வேன். ஒரு மரத்தடியில் நாற்காலியில் அமர்ந்து கிராமத்து அழகை ரசித்துக் கொண்டிருப்பேன். தொலைவில் டைரக்டர் ருத்ரையா உதிரி நடிகர்களை வைத்து காட்சிகளை இயக்கிக் கொண்டிருப்பார்! பிறகு என்னை அழைப்பார் என்று நீண்ட நேரம் காத்திருப்பேன், அழைக்க மாட்டார்.

கிராமத்தின் சுத்தமான காற்று மற்றும் மிதமான வெயில் எனக்கு தூக்கத்தை ஏற்படுத்தும். அருகில் உள்ள கயிற்றுக் கட்டிலில் (நான் படுத்துக் கொள்ளவே கட்டிலை வைத்திருந்தார்களோ என்னவோ?) படுத்து உறங்கிவிடுவேன்.

"சார் சாப்பாடு"

முத்துவின் குரல் கேட்டு எழுந்திருப்பேன், இங்கேயும் என் முத்துதான் உணவு இலாகா.

சாப்பிடுவேன். டைரக்டர் அழைப்பார் என்று கார்த்திருப்பேன். அழைக்கமாட்டார். தொலைவில் வேறு இடத்தில் வேறு உதிரி நடிகர்களை வைத்து காட்சிகளை இயக்கிக் கொண்டிருப்பார்.

மறுபடியும் அதே காற்று... அதே இளம் வெயில்... அதே தூக்கம். மாலை ஆறுமணிக்கு என்னை அழைத்துப் போக கார் வரும்.

இரவு கேரியரில் சாப்பாடு வரும். சாப்பிடுவேன். பின் தூங்கி விடுவேன்.

தொடர்ந்து ஏழு நாட்கள் சேலம் கிராமத்தில் கதாநாயகனாக நடிக்கச் சென்ற எனக்கு வேளா வேளைக்கு டிபன், சாப்பாடு, தூக்கம், பிறகு காபி, டீ, இளநீர் கிடைத்துக் கொண்டேயிருந்தது. ஆனால் என்னை வைத்து ஒரு Shot கூட டைரக்டர் ருத்ரையா எடுக்கவில்லை.

"ஏன் என்னை வரச்சொல்லிவிட்டு இப்படி நான் சும்மா இருக்கும் படி செய்கிறீர்கள்?" என்று ருத்ரையாவிடம் நான் கேட்கவேயில்லை.

சரி இன்றைக்கு இல்லாவிட்டாலும் நாளைக்கு நம்மை வைத்து காட்சிகளை எடுப்பார் என்று நம்பிக் கொண்டிருந்தேன். என் நம்பிக்கை வீண்போனது.

இரவு ஏழு மணியளவில் என் அறைக்கு மேனேஜர் வந்தார்.

"ஜெயபாரதி சார்.... நீங்க ஒன்பது மணி பஸ்லே சென்னைக்குப் புறப்படலாம். டிக்கெட்டும் ஒரு செக்கும் இந்த கவர்லே இருக்கு... ருத்ரையா சார் இதை உங்க கிட்டே கொடுக்கச் சொன்னார்... இப்போ சாப்பாடு வரும்... சாப்பிட்டு ரெடியா இருங்க... நான் போய் கார் கொண்டு வரேன்."

சேலம் பஸ்ஸில் நான் அமர்ந்திருந்தேன். "மேனேஜர்! நான் பஸ் டிக்கெட்டை மட்டும் எடுத்துக்கிட்டேன். இந்த செக்கை ருத்ரையாகிட்டே நான் திருப்பிக் கொடுத்துட்டதா சொல்லிக் குடுத்துடுங்க!"

இரவுப் பயணம் என்பதால் பஸ்ஸில் அத்தனை பேரும் தூங்கினார்கள். நான் மட்டும் தூங்கமுடியாமல் விழித்திருந்தேன்

அதிகாலை நான் சென்னையை அடைந்ததும், குளித்து உடைமாற்றிக் கொண்டு கமலஹாசன் வீட்டிற்குப் போனேன். சாருஹாசனைச் சந்தித்து நடந்தவற்றை சொன்னேன். அங்கே அப்போது வந்த அனந்து அவர்கள் என்னிடம் மிகவும் அன்பாக ஒரு வேண்டுகோளை வைத்தார்.

"நடந்ததை ஒரு கனவா நெனைச்சுக்க.. விஷயத்தை பெரிது படுத்தாதே நீயே ஒரு பத்திரிகையாளன். நடந்தது மிகப் பெரிய தப்புதான்... விஷயத்தை பத்திரிக்கைகளுக்கு எடுத்துச் செல்லாதே!"

அனந்து மீது எனக்கு அளவு கடந்த மரியாதை எப்போதும் உண்டு. மிகவும் எளிமையானவர். சதா சர்வ காலமும் ஏதாவது ஒரு புத்தகத்தைப் படித்துக் கொண்டேயிருப்பார். உலக சினிமா பற்றி ஆழமாகப் பேசுவார். கமலஹாசன் இன்று உலக நாயகன் என்றால் அது அனந்து அவர்களின் நட்பால்தான்.

ஆமாம், அனந்து அவர்கள் காலமாகும்வரை கமலஹாசன் அவருடன் மிகவும் அன்னியோன்யமாகப் பழகி வந்தார். எனக்கும்

அனந்து சார் மீது அளவு கடந்த மரியாதை இருந்ததால் அவர் சொன்னபடி 'கிராமத்து அத்தியாயத்திலிருந்து' நான் ஏன் அழிக்கப்பட்டேன் என்று யாரிடமும் கேட்கவும் இல்லை.... அதேபோல் சேலத்தில் ருத்ரையா என்னை நடத்திய விதத்தை பற்றியும் எவரிடமும் சொல்லவுமில்லை.!

அனந்து அவர்கள் சொன்னமாதிரி நடந்தது கனவுதான் என்று நினைத்துகொண்டேன்.

அது நல்ல கனவா இல்லை கெட்ட கனவா?

என் நெருங்கிய நண்பன், திரைப்படக் கல்லூரியில் நடிப்பை முறையாகப் பயின்றவன் ரங்கமன்னாருக்கு கே. பாலச்சந்தர் மூலமாக ஏற்பட்ட மாதிரிதானே எனக்கும் நிகழ்ந்தது?

இரண்டு பேர் ஜாதகங்களையும் ஜோசியரிடம் காட்டி காரணம் கேட்கலாமா?

ஹோட்டல் சுதாராவில் இயங்கிக் கொண்டிருந்த வைகறை ஃபிலிம்ஸ் தன் அலுவலக் கதவை இழுத்து மூடிக் கொண்டது. ரூம் வாடகை ,டெலிபோன் பில் தொகை, வாங்கிச் சாப்பிட்ட ரெஸ்டாரெண்ட் பில் தொகை, என்று ஏறக்குறைய ஐம்பதாயிரம் பாக்கி வைத்து விட்டு செம்மலர்ச்செல்வன் தன் சொந்த ஊருக்கு சென்று விட்டார்!

'தேநீர்' என்கிற படம் அரை குறையாக பாதியில் நின்று போனது.

ஒரு நாள் காலை ராசி. அழகப்பன் என்பவர் ராபின் என்பவரை அழைத்துக் கொண்டு என் வீட்டிற்கு வந்தார். ராசி. அழகப்பன் 'தேநீர்' படப்பிடிப்பின் போது என் உதவி இயக்குனர்களில் ஒருவர். பிறகு சில வருடங்கள் கழித்து கமலஹாசன் நடத்திய மையம் என்ற இலக்கியப் பத்திரிகையின் பொறுப்பாசிரியராகப் பணியாற்றிக் கொண்டிருந்தார்.

சென்னை ஹால்ஸ் ரோட்டில் கவித்யுகா என்கிற நிறுவனம் மூன்று பார்ட்னர்களால் நடத்தப்பட்டு வந்தது. சண்முகம், பாலகணேசன் மற்றும் ராபின் என்பவர்கள்தான் அந்த மூன்று பார்ட்னர்கள்.

சண்முகம் என்பவர், என்னை மிக முக்கியமான விஷயமாகப் பார்க்க விரும்புவதாக ராபின் சொன்னார்.

நான் கவித்யுகா அலுவலகத்தில் சண்முகத்தை சந்தித்தேன். இளைஞர்தான் சண்முகம். திருமணமாகி இரண்டு பெண் குழந்தைகளுக்கு தகப்பனார் என்றார். நாவலர் நெடுஞ் செழியனின் உறவுக்காரர் வேறு.

'திரைச்சுவை' என்ற பெயரில் ஒரு சினிமா வாரப் பத்திரிகையை ஆரம்பிக்கப் போவதாகவும், அதற்கு நான் பொறுப் பேற்கவேண்டும் என்று கூறினார்.

ஏற்கனவே தமிழில் நிறைய சினிமாப் பத்திரிகைகள் வந்து கொண்டிருக்கின்றன. இப்போது எதற்காக புதிதாக இன்னொரு சினிமாப் பத்திரிகை? அதுவும் வாரா வாரம் பத்திரிகையை நிரப்ப விஷயங்களைச் சேகரிப்பதில் சிரமம் இருக்கும் என்றேன். ஆனால் அவர் தன் எண்ணத்தை மாற்றிக் கொள்வதாக இல்லை. மிக உறுதியாக இருந்தார்.

“சினிமாப் பத்திரிகை நடத்த நான் எதற்கு?” கேட்டேன் அவரிடம்.

“பத்திரிகையில் பணிபுரிந்த அனுப்வம் உங்களுக்கு இருக்கிறது. நீங்கள் ஒரு தமிழ் எழுத்தாளர், கூடவே நல்ல சினிமாக்களை இயக்கும் இயக்குனர்” என்றார்.

“அப்படியென்றால் எனக்கு உதவியாக நான் சொல்லும் ஒரு இளைஞரை வேலையில் சேர்த்துக் கொள்ள முடியுமா?” என்று கேட்டேன். என் ‘குடிசை’ படத்தைப் பார்த்துவிட்டு என் வீட்டிற்கு வந்து நானும் உங்களவர் என்று பூணூலை எடுத்துக் காட்டிய பி.கே. ரமேஷை எனக்கு உதவியாளராக நியமித்துக் கொண்டேன்.

நானும் ரமேஷும் திரைச்சுவை என்கிற சினிமா பத்திரிகையை முற்றிலும் மாறுபட்ட பத்திரிகையாக ஒரு தமிழ் வாரப் பத்திரிகை மாதிரியே நடத்த முடிவு செய்து முதல் இதழைத் தயாரித்தோம்.

சினிமா உலகைப் பின்னணியாக வைத்து எழுதப்பட்ட அசோக மித்திரனின் ‘கரைந்த நிழல்கள்’ என்ற நாவலை அவரின் அனுமதி பெற்று மறுபிரசுரம் செய்தோம். அறந்தை நாராயணன் (இவர் ஒரு தீவிர கம்யூனிஸ்ட்) என்பவரிடம் தமிழ் சினிமாவில் செக்ஸ் என்ற தலைப்பில் வாரந்தோறும் தொடராக எழுதச் சொன்னோம். எழுத்தாளர் பிரபஞ்சன் ஒரு சினிமா சம்மந்தப்பட்ட தொடரை எழுதினார். ‘படம் வரைந்து பாகங்களை குறிக்கவும்’ என்ற தலைப்பில் வாரம் ஒரு சினிமா உலகத்தின் முக்கிய புள்ளிகளை ஸ்கேனர் என்று வெளியிட்டோம்.

நக்கீரன் கேபால் அப்போது வலம்புரிஜான் நடத்திவந்த தாய் பத்திரிகையின் லே-அவுட் ஆர்ட்டிஸ்ட். அவர் பகுதி நேர ஊழியராக தினமும் மாலையில் வந்து திரைச் சுவையை லே-அவுட் செய்து தருவார். மிகப்பெரிய விளம்பரத்துடன் திரைச்சுவையின் முதல் இதழ் வெளியானது.

வெளியான இரண்டே நாட்களில் தமிழ்நாடு பூராவும் 'திரைச்சுவை' விற்றுத் தீர்ந்தன.

அது தீபாவளி சமயம். திரைச்சுவை இதழுடன் அதன் வாசகர்களுக்கு இலவச இணைப்பாக என்ன தரலாம் என்று கேட்டார் சண்முகம்.

சினிமாத்துறையில் Film Directory என்று ரொம்ப விலை அதிகத்துடன் ஒரு புத்தகம் வெளி வந்து கொண்டிருக்கிறது. இந்தப் புத்தகத்தை சாமான்ய ரசிகன் விலை கொடுத்து வாங்க முடியாது. இப்புத்தகத்தில் A to Z என்று சினிமா சம்மந்தப் பட்டவர்களின் விவரங்கள் அடங்கியிருக்கும். இதையே மிகவும் எளிமையாக (இலவச இணைப்பாக) நாம் சின்னப் புத்தகமாக தயாரித்து அளித்தால் நிச்சயம் பயன் இருக்கும் என்றேன் நான்.

பகுதிநேரப் பத்திரிகையாளர் ஒருவரை அழைத்து அவருக்குத் தரவேண்டிய மொத்த சன்மானத்தையும் முதலிலேயே அளிக்கச் சொன்னேன்.

திரை உலகத்தில் உள்ள அத்தனை பேரின் விபரங்களையும் மற்றும் அவர்களின் 'கையெழுத்தையும்' பெற்றுவர அனுப்பினோம்.

திரைச்சுவை தீபாவளி இதழ் இந்த இலவச இணைப்புடன் வெளியான முதல் நாளே சுமார் ஒரு லட்சம் பிரதிகள் விற்பனை ஆகி பெரிய சாதனையைப் படைத்தது!

பத்திரிகை மற்றும் திரை உலகத்தில் உள்ளவர்கள் "யார்டா இந்த பத்திரிகையை நடத்துவது?" என்று பரவலாகப் பேசிக் கொண்டார்கள்.

"எதற்கு இன்னொரு சினிமாப் பத்திரிகை என்று ஆரம்பத்தில் கூறினீர்களே ஜெயபாரதி... இப்போ என்ன சொல்றீங்க? எப்போதுமே என் ESP பொய்க்காது" என்றார் சண்முகம். இவர் சண்முகம் என்ற பெயருக்குப் பதிலாக திரைச்சுவைக்காக 'ஷாம்' என்று வைத்துக் கொண்டார்.

"உங்க 'தேநீர்' படம் என்னவாயிற்று?" என்ற கேட்டார்.

"போதிய பணமில்லாமல் அது அரைகுறையாக நின்று போனது" என்று நான் கூறினேன்.

"கே. பாக்யராஜ் தானே கதாநாயகன்?"

"ஆமாம்"

"'தேநீர்' என்கிற தலைப்பை மாற்றி நான் முடிக்கிறேன்!"

"வேண்டாம்... இது விஷப்பரிட்சை" என்றேன்.

"என் ESP தோற்காது. கண்டிப்பாக படம் ரிலீஸ் ஆகும்!"

கே. பாக்யராஜ் அகில இந்திய அளவில் தலை சிறந்த திரைக்கதாசிரியர் என்ற பெயரைப் பெற்றிருந்தார். புகழின் உச்சியில் இருந்தார்.

நான் என்ன கூறினாலும் ஷாம் என் பேச்சை கேட்பதாக இல்லை. அவருக்கு ESP மீது அவ்வளவு நம்பிக்கை.

'தேநீர்' படத்தின் உரிமையை வைகறை ஃபிலிம்ஸ் சம்மந்தப் பட்டவர்களிடமிருந்து சட்டபூர்வமாக அவர்கள் இது வரை செய்திருந்த முதலீட்டுப் பணத்தை அளித்து பெற்றுக் கொண்டார்.

'தேநீர்' தலைப்பு ஊமைஜனங்களாக மாறியது. புதிய திரைக்கதையை அவரே எழுதி, நான் இயக்கியிருந்த 'தேநீர்' படக்காட்சிகளை Flashback காட்சிகளாக நுழைத்து புதிதாக சரத்பாபு, வி. கோபால கிருஷ்ணன், சந்திர சேகர் ஆகிய நடிகர்களை ஒப்பந்தம் செய்து படப்பிடிப்பை அதே கோத்தகிரியில் நடத்த என்னை அனுப்பினார்! எழுத்தாளர் பிரபஞ்சன் 'ஊமைஜனங்கள்' படத்திற்கு வசனம் எழுதினார்.

தமிழ் நாட்டில் வெளியாகும் அத்தனை வாரப் பத்திரிகைகளின் பின் அட்டையில் வண்ணத்தில் 'கவித்யுகா தயாரிப்பில் கே. பாக்ய ராஜ் நடிக்கும் ஊமை ஜனங்கள்' என்றும், தினசரி நாளேடுகளில் முழுப்பக்க விளம்பரமாகவும் தொடர்ந்து செய்ய ஆரம்பித்தார்.

தமிழ்த் திரையுலகம் இந்த விளம்பரங்களைப் பார்த்து வியந்தது.

ஆனால் பாக்யராஜ் எரிச்சல் அடைந்தார். "தனக்கும் 'ஊமைஜனங்கள்' படத்திற்கும் எந்த சம்பந்தமும் இல்லை. வினியோகஸ்தர்களே நான் அந்தப் படத்தில் நடிக்கவேயில்லை... நான் நடித்திருப்பதாக நினைத்து ஏமாந்து போகாதீர்கள்" என்று ஒரு தினசரிப் பத்திரிகையில் விளம்பரத்தை பிரசுரித்தார்.

பதிலுக்கு ஷாம் "ஊமைஜனங்கள்" படத்தில் இரண்டு பாடல் காட்சிகளிலும் ஒன்பது வசனக் காட்சியிலும் நடித்திருக்கிறார்,

என்று பாக்யராஜின் படத்தைப் (Still) போட்டு முழுப்பக்க விளம்பரத்தை வெளியிட்டார். இனிமேல் தன்னால் தாக்குப் பிடிக்க முடியாது என்று நினைத்தாரோ என்னவோ, பாக்யராஜ் மௌனமாகிவிட்டார்.

கவித்யுகா செய்த விளம்பரங்களைப் பார்த்து தமிழ் நாட்டின் திரைப்பட வினியோகஸ்தர்கள் அத்தனை பேரும் 'ஊமை ஜனங்கள்' படத்தை வாங்க... நான் நீ என்று போட்டி போட்ட தோடல்லாமல், மிகப் பெரிய தியேட்டர் உரிமையாளர்கள் என் தியேட்டரில் படத்தை ரிலீஸ் செய்யுங்கள் என்று கேட்க ஆரம்பித்து விட்டார்கள்.

"பார்த்திங்களா, என் ESPயோட மகிமையை?" என்றார் ஷாம் சிரித்துக் கொண்டே.

"சார் ESP கிடக்கட்டும், யதார்த்தமாக பேசுவோம். இப்போது நான் டைரக்ட் செய்யும் படம் உண்மையில் அசல் 'தேநீர்' இல்லை. புதிய திரைக் கதையில் நின்று போன தேநீர் படத்தின் சில காட்சிகளை Flashback காட்சிகளாக சேர்த்திருக்கோம். இது கண்டிப்பாக நடிகர் கே. பாக்யராஜின் படம் இல்லை. உங்கள் விளம்பர உத்தியால் ஊமை ஜனங்கள் கே. பாக்யராஜின் படம் போன்ற ஒரு மாயையை ஏற்படுத்திக் கொண்டிருக்கின்றீர்கள். வினியோகஸ்தர்கள் ஓடக்கூடிய படங்களை 'இது ஓடாது' என்று புறக்கணித்தது தெரியும். இந்தப் படம் 'நிச்சயம் ஓடும்' என்று தப்பான குதிரை மேல் பணத்தைக் கட்டி கொண்டிருப்பதும் தெரியும்."

"ஆனால் சினிமா ரசிகர்கள் உங்கள் விளம்பர சாதுர்யத்தால் ஏமாற மாட்டார்கள். ஒரு படத்தின் வெற்றி தோல்வி, படம் வெளியான முதல் காட்சியிலேயே அவனால் தீர்மானிக்கப் படுகிறது."

நான் விரிவாகச் சொல்லியும் ஷாம் மற்றும் அவருடைய மற்ற இரண்டு பங்குதாரர்களும் வினியோகஸ்தர்களுக்குப் படத்தை விற்கவேண்டாம் தமிழ்நாடு பூராவும் சொந்த வெளி-யீடாக - கவித்யுகா வெளியீடு - ரிலீஸ் செய்ய முடிவு செய்து விளம்பரங்களில் குறிப்பிட்டார்கள்.

ஆனால் கோயம்புத்தூர் ஏரியாவை மட்டும் ஆரம்பத்திலேயே

அரசியல் செல்வாக்கு, பணபலம், ஆள் பலம் கொண்ட ஒருவருக்கு ஊமை ஜனங்களின் ரிலீஸ் உரிமையை பணத்தைப் பெற்றுக் கொண்டு வழங்கிவிட்டார்கள்.

சென்னை நகரில் முக்கிய இடங்களில் கே. பாக்யராஜின் படத்தைப் பெரிதாகப்போட்டு மூன்று பிரம்மாண்டமான பேனர்களை வைத்தார்கள்.

இப்படி பேனர்களை மூன்று இடங்களில் வைத்தது இதுதான் முதல் தடவை!

கோவை ஏரியாவை வாங்கியிருக்கும் அந்த வினியோகஸ்தர், இது பாக்யராஜின் படம் இல்லை என்பதைத் தெரிந்து கொண்டு பிரசாத் ஸ்டியோவிற்கே வந்து "பணத்தைத் திருப்பிக் கொடு... நான் படத்தை கோவையில் ரிலீஸ் செய்ய மாட்டேன்" என்று ஷாமிடம் கத்த, ஷாம் மறுக்க ... வெட்டிடுவேன்... குத்திடுவேன் என்ற அளவிற்கு பிரச்சனை உச்சத்தைத் தொட்டது.

ஊமை ஜனங்கள் கோயம்புத்தூர் நீலகிரியைத் தவிர்த்து விட்டு மற்ற இடங்களில் 'அதான் சொந்த ரிலீஸ் ஆயிற்றே!' வெளியானது.

நான் மிக அமைதியாக வீட்டில் பேப்பர் படித்துக் கொண்டிருந்தேன். பக்கத்து வீட்டுக்காரர் என்னிடம் வந்து பேசினார்.

"என்ன உங்க படம் இன்னிக்கு ரிலீஸ் ஆறது. மெட்ராஸ் பூரா எங்க திரும்பினாலும் உங்கப் பட போஸ்டர்கள்தான், பேனர்கள் தான். நீங்க என்னடான்னா, எந்த டென்ஷனும் இல்லாம வீட்டுல பேப்பர் படிச்சுக்சிட்டு இருக்கீங்க?"

நான் இயக்கிய ஊமை ஜனங்கள் ரிலீஸ் ஆனா, நான் எதற்கு டென்ஷன் அடைய வேண்டும்? இந்தப் படம் ஒரு ஷோ கூட ஓடாது என்று எனக்குத் தெரியாதா என்ன?

ஊமை ஜனங்கள் படத்தை கே. பாக்யராஜின் படம் என்று நினைத்து தமிழ்நாட்டு ரசிகர்கள் காசு கொடுத்து டிக்கெட் வாங்கி தியேட்டர் உள்ளே போவார்கள் இல்லையா... படத்தைப் பார்த்து விட்டு அவர்கள் தான் டென்ஷன் அடைவார்கள்!.

ஆம்... ஊமைஜனங்கள் பெருத்த தோல்வியை அடைந்தது. கவித்யுகா பங்குதாரர்கள் தங்கள் மொத்தப் பணத்தையும் இழந்து டென்ஷன் அடைந்தார்கள்.

'உன்னால் நான் கெட்டேன்... இல்லை என்னால் நீதான் கெட்டே... 'என்று ஒருவர்மீது ஒருவர் பழியைப் போட்டுக் கொண்டு நிரந்தரமாகப் பிரிந்து போனார்கள்.

இதே ஷாம் ஆறு மாதத்திற்கு பிறகு 'ஷாமின் தராசு... மிக விரைவில்' என்று ஊமை ஜனங்கள் படத்திற்குச் செய்த மாதிரியே விளம்பரம் செய்து தராசு பத்திரிகையை தமிழ்நாட்டில் மிகப் பிரபலமான பத்திரிகையாக நடத்திக் காட்டினார்.

தராசு பத்திரிக்கையின் வெற்றிக்குப் பிறகு கோபால் 'நக்கீரன்' பத்திரிகையை ஆரம்பித்து நக்கீரன் கோபாலாக உயர்ந்தார். இவர்கள் இருவரையும் தொடர்ந்து அதே பாணியில் 'ஜூனியர் விகடன்' உதயமானது!

தராசு பத்திரிகை மூலம் ஜெயித்து விட முடியும் என்பது ஷாமின் ESPயா?

தராசு பத்திரிக்கை அலுவலகத்தில் அவரை நான் சந்தித்தேன்.

"ஜெயபாரதி... நிஜத் துப்பாக்கியைப் பார்த்திருக்கீங்களா?" என்று கேட்டார்.

"இதுவரை இல்லை" என்றேன்.

தன்மேஜை டிராவிலிருந்து ஒரு நிஜத் துப்பாக்கியை எடுத்து மேஜை மீது வைத்தார்!

"இது தான் நிஜத் துப்பாக்கி!"

"எதுக்கு இப்போ இதை காட்டறீங்க?" என்றேன் சற்று பயத்துடன்.

"பயப்படாதீங்க... நான் தராசுப் பத்திரிகையை நடத்தறேன் இல்லே?"

"ஆமாம்"

"நான் செய்யறது Pen Journalism இல்லே... Gun Journalism"!

"அடப்பாவி மனுஷா! எதுக்கு இத்தனை பெரிய ரிஸ்க் எடுக்கணும்?" என்று வெளிப்படையாகக் கேட்டேன்.

"என் ரெண்டு பெண் குழந்தைகளையும் பார்த்திருக்கீங்க இல்லையா?"

"ஆமாம்! பார்த்திருக்கேன்"

"அந்தப் பெண் குழந்தைகளைப் பெற்ற எனக்கு வாழ்க்கையில் என்ன சந்தோஷம் இருக்க முடியும் ஜெயபாரதி?"

அவரின் இரண்டு பெண் குழந்தைகளும் மனநலம் குன்றிய Spastic குழந்தைகள்!

"சொந்தத்தில் - உறவு விட்டுப் போகாமல் இருக்க - அக்கா மகளை மணந்ததின் விளைவு என் வாரிசுகளை முடமாக்கியது. அதனால்தான் நான் எல்லாவற்றிக்கும் துணிந்து விட்டேன்... தயாராகிவிட்டேன்." ஷாம்.

இதை எழுதும் போது, சண்முகம் என்கிற ஷாம் இப்போது எங்கே என்ன செய்து கொண்டிருப்பார், அவரின் இரண்டு பெண் குழந்தைகளின் (வயதிற்கு வந்திருக்க வேண்டும் அவர்கள்!) நிலைமை என்ன என்ற கேள்விகள் என்னுள் தோன்ற ஆரம்பித்து விட்டன.

அவர் திடீர் திடீர் என்று எடுத்த முடிவுகள் அவரின் ESP அல்ல என்பதை நான் புரிந்து கொண்டேன்.

என்னைப் பார்க்க அடிக்கடி என் மேக்கப் மேன் அலெக்ஸாண்டர் என்கிற அலெக்ஸ் என் வீட்டுக்கு வருவார்.

"சார்... ஆலந்தூர் நகராட்சி அலுவலகத்தில் ஜனகராஜ் என்பவர் சினிமா எடுக்கணும்னு ரொம்ப நாளா சொல்லிகிட்டு இருக்கார். உங்களைப் புத்திச் சொன்னேன். உங்ளை அழைச்சுக்கிட்டு வரச்சொன்னார் வர்றீங்களா சார்...?"

நகராட்சி அலுவலகத்தில் ஒருவர் சினிமா தயாரிக்க அவரிடம் ஏது அவ்வளவு பணம்?

ஆதம்பாக்கம், நங்கநல்லூர், ஆலந்தூர் போன்ற இடங்களுக்கு பாலாறு தண்ணீர் கனெக்ஷன் வீடுகளுக்கு கொடுக்கும் கான்டி ராக்டர் இவர்! அப்போ நிச்சயம் சினிமா எடுக்க பணம் இருக்கும்!

இங்கே யார் வேண்டுமானாலும் திரைப்படம் எடுக்கலாம், அதற்கு எந்த முன் அனுபவமோ குவாலிபிகேஷனோ தேவை யில்லை.

'ஊர் நாட்டிலிருந்து' வேட்டிக்கு உள்ளே அணிந்திருக்கும் அண்டர்வேர் பாக்கெட்டுகள் நிறைய பணத்தைத் திணித்துக் கொண்டு வந்தால் போதும், சினிமா தயாரிக்கலாம்.!

சினிமாத் துறையை Film Industry என்று கூறுகிறார்கள். சென்ற முறை பி.ஜே.பி. ஆட்சியில் இருந்தபோது சுஷ்மா ஸ்சுவராஜ் அவர்கள் தகவல் மற்றும் ஒளிபரப்பு அமைச்சராக இருந்தார். எல்லோரும் கேட்கிறார்களே என்று Film Industry யை அங்கீகரித்து "Yes now onwards it is an Industry என்றார்.

ஆனாலும் எந்த வங்கியும் சினிமா தயாரிக்க கடனுதவி அளிப்பதில்லை. காரணம், 'It is the most disorganised industry' என்று ரிசர்வ் வங்கி கூறியதோடு 'It is untouchble Industry' என்று கூறிவிட்டது.

சுஷ்மா ஸ்வராஜ்

தெரு ஓரத்தில் கீரைக் கட்டுகளை விற்கும் ஒரு மூதாட்டிக்குக் கூட வங்கிகள் கடன் அளிக்கும்.

கிழவியால் பணத்தைத் திருப்பி செலுத்த முடியாவிட்டால் கிழவியிடம் விற்காமல் இருக்கும் காய்ந்த கீரைக் கட்டுகளை வங்கி பறிமுதல் செய்யும்.

ஆனால் சினிமா தயாரிக்க கடனுதவி அளித்தால் இரண்டு மேஜைகள், நாலு நாற்காலிகள், ஒரு பீரோ, அறைகுறையாக சுருட்டப்பட்ட ஃபிலிம் சுருள்களைத் தான் கடன் பணத்திற்காக வங்கி எடுத்துச் செல்ல முடியும். மற்றபடி சினிமாவின் பெரிய செக்யூரிட்டியாக இயக்குனரின் 'சிந்தனையை' எந்த வங்கியும் ஏற்றுக் கொள்ளாது.

அரசுடமையாக்கப்பட்ட ஒரு வங்கியின் சீனியர் மேனேஜர் என்னிடம் கூறிய தகவல் இது.

'ஊர் நாட்டிலிருந்து' வந்து ஒருவர் சினிமா தயாரித்து அந்தப்படம் ரிலீஸ் ஆகி நன்றாக ஓடினால் அவரே அடுத்த படத்தை எடுப்பார். படம் தோல்வி அடைந்து நஷ்டமானால், 'சில மாதங்கள் ரொம்ப சந்தோஷமா இருந்தேன்... அது போதும்' என்று திரும்பி தன் ஊருக்கே போய்விடுவார்.!

ஆலந்தூர் நகராட்சியில் ஜனகராஜைச் சந்தித்தேன்.

"நடிகை அம்பிகாவைக் கதாநாயகியாக வைத்து படமெடுப்பதாக இருந்தால் தான் என்னால் தயாரிக்க முடியும்" என்றார்.

"ஏன் அம்பிகா?" என்று நான் கேட்டேன்.

'ஜனகராஜின் அண்ணனுக்கு என்றாவது ஒரு நாள் நடிகை அம்பிகாவை கதாநாயகியாக வைத்து ஒரு சினிமா தயாரிக்க வேண்டும்' என்ற எண்ணம் இருந்ததாம். ஆனால் அவர் ஒரு நாள் மாரடைப்பால் காலமானாராம். அண்ணனின் ஆசையை தம்பி நிறைவேற்றினால் அவரின் 'ஆன்மா' சந்தோஷம் அடையுமாம்!.

நிறையபேரின் 'ஆன்மா' சந்தோஷப்பட சினிமா தயாரிக்க முன் வந்தால் எத்தனை இயக்குனர்களுக்கு வாய்ப்பு கிடைக்கும்? ஆனால் அத்தனை ஆன்மாக்களும் சந்தோஷப்பட அத்தனை நடிகைகளா தமிழ்த் திரை உலகில் இருக்கிறார்கள்?

படத்தின் பெயர் 'ரெண்டும் ரெண்டும் அஞ்சு'

அம்பிகா கதாநாயகி (ஆன்மா சந்தோஷப்பட!)

சரத்பாபு

நாஸர்

வாகை சந்திரசேகர்

வெண்ணிற ஆடை மூர்த்தி

செந்தில்

இசை 'கங்கை அமரன்'

முதல் நாள் படப்பிடிப்பிலேயே தயாரிப்பாளரிடம் மதிய உணவிற்கு பணம் இல்லை.

அன்று என்ன 'சஷ்டியா' எல்லோரும் விரதம் இருக்க?

மறுநாள் போதும்போதும் என்ற அளவிற்கு உலகில் உள்ள அத்தனை ஜீவராசிகளும் வெந்து, வறுபட்டு வந்தன.

கங்கை அமரன் நான்கு பாடல்களை ஏ.வி.எம். ஸ்டூடியோவில் இசையமைத்துப் பதிவு செய்து தந்தார்.

'ரெண்டும் ரெண்டும் அஞ்சு' படம் தயாரிப்பாளரிடம் பணம் இருந்தால் அசுர வேகத்தில் வளரும். பணம் இல்லையென்றால் காற்று இறங்கிய பலூன் மாதிரி தொங்கி விடும்.

மொத்தப் படபிடிப்பும் நடந்து முடிந்தது. இப்படம் அம்பிகாவின் 150 வது படம். படத்தின் கிளைமாக்ஸ் காட்சியில் நடித்து விட்டு மறுநாளே அமெரிக்காவிற்குத் தன் திருமண விஷயமாகப் போய்விட்டார்.

இந்தப் படத்திற்கு பின்னணி இசை (RR) சேர்த்தபோது இசைக் குழுவில் இருந்த அத்தனை பேரும் என்னிடம் வந்து "சார் படம் பிரமாதம்... சரியான விளம்பரத்துடன் ரிலீஸ் ஆனால் எல்லா

ஊர்களிலும் நூறு நாட்கள் ஓடும்" என்றார்கள்.

படம் ரிலீஸ் ஆனது. ஏறக்குறைய எல்லா ஊர்களிலும் குறைவான விளம்பரம் செய்யப்பட்டும் எழுபத்தி ஐந்து நாட்கள் ஓடியது.

ரெண்டும் ரெண்டும் அஞ்சு படத்தில் நாசருடன்...

ரெண்டும் ரெண்டும் அஞ்சு படத்தின் எடிட்டிங் வேலை சென்னை ராயப்பேட்டையில் உள்ள மெட்ராஸ் சினி லேப்பில் நடந்து கொண்டிருந்தது. நடராஜன் என்கிற எடிட்டர் படத்தொகுப்புப் பணியை செய்து கொண்டிருந்தார்.

மதிய உணவு இடைவேளையின் போது என்னைப் பார்க்க டிசைனர் பாண்டியன் வந்தார்.

"பிஸியா?" கேட்டார் பண்டியன்.

"அப்படியெல்லாம் ஒண்ணுமில்லே!"

"கிராமத்து அத்தியாத்துல ஹீரோவா நடிச்சீங்களே... ஞாபகம் இருக்கா?"

கெட்ட கனவாயிற்றே! எப்படி மறக்க முடியும்?

'அதுக்கு இப்போ என்ன பாண்டியன்?'

"ரெண்டு பாட்டு... நிறைய காட்சிகளில் உங்களை நடிக்க வச்சுட்டு ஏன் ருத்ரையா உங்களை நீக்கி வேற ஒருத்தரை நடிக்க வச்சு படத்தை முடித்து ரிலீஸ் செய்தார்னு தெரியுமா?"

"தெரியலயே... படம்தான் சரியா ஓடலியே!"

"கிராமத்து அத்தியாயம் படத்துல நீங்க ரொம்ப அழுத்தமான நடிப்பை வெளிப்படுத்தியிருந்தீர்களாம். படம் முடியறதுக் குள்ளேயே இந்த விஷயம் சினிமா ஃபில்டுக்குக்குள்ளே பரவ ஆரம்பிச்சுடுத்து, ஒரு 'நடிகர்' இதைக் கேள்விப்பட்டாராம். அதனால், நீங்க நடிச்ச காட்சிகளை தான் பார்க்க விரும்புவதாகச் சொல்ல, 'அந்த நடிகருக்கு' ருத்ரையா போட்டுக் காண் பிச்சிருக்கார்.

"நீங்க நல்ல நடிகரா உருவானா, நீங்கள்தான் அவருக்கு எதிர் காலத்துல சவாலாக இருப்பீங்க. என்று நினைத்தாராம்!"

"என்ன பயித்தியக்காரத்தனம்... என்ன பிதற்றுகிறீர்கள் பாண்டியன்?"

"ஆமாம்... அந்த 'நடிகர்' உங்கள் நடிப்பைப் பார்த்து பயந்துவிட்டார்!".

"யாருடைய திரைக்கதை இது பாண்டியன்?"

"திரைக்கதை இல்லை... நிஜமான உண்மைச் சம்பவம் இது!"

நான் அமைதியாகப் பாண்டியனைப் பார்த்தேன்.

"கிராமத்து அத்தியாயம் ரிலீஸ் ஆன அன்றே தோல்வி அடைந்தது. அடுத்த வாரமே இயக்குனர் ருத்ரையா தினத்தந்தி பேப்பரில் ஒரு விளம்பரம் கொடுத்தார் நீங்க பாத்தீங்களா?"

"ஆமாம்... ஞாபகம் இருக்கே... ஏதோ டாக்ஸியின் பதிவு எண் TMX ... கதை சுஜாதா... குமார் ஆர்ட்ஸின் அடுத்த படைப்பு".

"பிரபலமான 'நடிகரை'ப் போட்டு ஆரம்பிக்கப்பட்ட படம் பாடல் பதிவுடன் ஏன் நின்று போனது?" என்னிடம் கேட்டார் பாண்டியன்.

"தெரியலை"!

"ஒரே கல்லில் ரெண்டு மாங்காய்... உங்களை நீக்கணும்... ருத்ரையாவை ஓரம் கட்டணும்.!"

"நீங்க சொன்ன எந்த விஷயத்திலும் எனக்கு கொஞ்சமும் உடன்பாடு இல்லை"

"நீங்க சினிமா உலகத்தைப் புரிஞ்சுக்கலே! எம்.ஜி.ஆர், சிவாஜி நடிச்ச காலத்துல ஒரு புதுமுக நடிகர் அவ்வளவு சுலபமா சினிமாவுல நடிக்க முடியாது... தயாரிப்பாளர்கள் இந்த ரெண்டு பேருக்கும் பயந்து புதுமுக நடிகர்களை அறிமுகம் செய்ய ரொம்பத் தயங்கினாங்க."

"கிராமத்து அத்தியாயம் திரைப்படத்திற்குப் பிறகு ருத்ரையாவால் ஏன் அடுத்த படத்தை இயக்க முடியவில்லை?"

"தெரியலே!"

"உங்க வயிற்றெரிச்சல்... சாபம் தான் காரணம்"

"யார் சொன்னது இந்த புதுக்கதையை?"

"ருத்ரையா தான் சொல்லிகிட்டு இருக்கார்!"

"ச்சே, ருத்ரையா முற்போக்கு சிந்தனையாளர் ஆச்சே!"

முற்போக்கு சிந்தனையாளர் செய்த கேவலத்தைத்தான் தேநீர் படத்தை இயக்கும் போதே பார்த்தாகி விட்டதே, ஆனால் ருத்ரையாவின் சராசரி மனித சிந்தனை என்னை வியக்க வைக்கவில்லை!

கல்கத்தாவிலிருந்து வந்திருந்த ஒரு நபர் என்னை தற்செயலாக சந்தித்தார்.

“உங்களைப் பத்தி கல்கத்தா பத்திரிகை ஒன்றில் ‘தமிழ் நாட்டில் ஜெயபாரதி என்கிற இயக்குனர் கமர்ஷியல் படங் களையும், மிகத்தரமான படத்தையும் இயக்கிக் கொண்டிருக்கிறார் என்ற செய்தி வெளியாகியிருக்கிறது” என்றார்.

கமர்ஷியல் சினிமாவை இயக்க, இறங்கி வரவேண்டும். இறங்குவது கடினம் இல்லை, ஏறுவதுதான் கடினம். மற்ற இயக்குனர்களால் ஏறிவரமுடியவில்லை.

‘நான், அவரிடம் இவ்வாறு கூறினேன்’.

ரெண்டும் ரெண்டும் அஞ்சு படத்திற்குப் பிறகு ஏறக்குறைய பத்தாண்டுகள் படவாய்ப்பு இல்லாமல் உடல் நிலை வெகுவாகப் பாதிக்கப்பட்டு சென்னையில் உள்ள திறமை வாய்ந்த பல டாக்டர்களிடம் சிகிச்சை பெற்று வந்தேன்.

‘உச்சி வெயில் மண்டையைப் பிளக்கிறது.’ நான் இயக்கிய படத்திற்கு ஒரு பத்திரிகையின் விமர்சனத்தில் ஒரு வரி இது.

என் உடன்பிறந்த அண்ணன் ரவீந்திரன் ராமமூர்த்தி திரைக்கதை வசனம் எழுதித் தந்ததை நான் இயக்கினேன்.

என் அண்ணன் ரவீந்திரன் ராமமூர்த்தி வாட்ட சாட்டமாக இருந்தவன். கால்பந்து விளையாடுவது, வயல் காட்டில் இருந்த பெரிய கிணற்றில் குதித்து நீச்சல் அடிப்பது என்று மிக ஆரோக்கியமாக இருந்தான்.

சென்னை விவேகானந்தா கல்லூரியில் பி.ஏ. கடைசி ஆண்டு படித்துகொண்டிருந்த போது மாணவர்களை மருத்துவ சோதனை செய்த டாக்டர் என் அண்ணனையும் பரிசோதித்து விட்டு

ஒரு அதிர்ச்சித் தகவலை அவனிடம் தெரிவித்திருக்கிறார்.

'உன் இருதயத்துல ஏதோ கோளாறு, மிக வித்தியாசமான சப்தம் வருகிறது. உடனே ஒரு இருதய நிபுணரைப் போய் பார்' என்று டாக்டர் கூறியதால் அவன் வீட்டுக்கு வந்து என் பெற்றோர்களிடம் நான் ஒரு இருதய நோயாளி உடனே என்னை ஒரு நல்ல டாக்டரிடம் அழைத்துப் போங்கள்! என்று கூற, என் தந்தை அவனை சென்னையில் உள்ள பிரபல இருதய நிபுணரிடம் அழைத்துப்போனார்.

ரவீந்திரன் ராமமூர்த்தி

கல்லூரியில் அந்த டாக்டர் சொன்னது உண்மை. பிறவியிலேயே இருதயத்தில் உள்ள ஒரு வால்வு வளர்ச்சி யடையாமல் இருப்பதால் சுத்த ரத்தமும், கெட்ட ரத்தமும் கலந்து உடம்பில் ஓடிக்கொண்டிருக்கிறது என்று தெரிவித்தார்.

இந்த கோளாறைச் சரிசெய்ய அந்தக் காலகட்டத்தில் மருத்துவ விஞ்ஞானம் வளர்ச்சி அடையவில்லை.

தற்போது 'Valve Re Placement' சர்வ சாதாரணமாக செய்கிறார்கள்.

தன் இதயத்தில் இருந்த கோளாறுத் பற்றி தெரிந்து கொண்ட அண்ணனை மனோதத்துவ ரீதியாக அது அதிக அளவில் பாதித்திருக்க வேண்டும். வாட்ட சாட்டமாக இருந்த அவன் மெலிந்து, ஏறக்குறைய எலும்புக் கூட்டை போல் ஆனான்.

இருந்தாலும், அதே கல்லூரியில் தன் எம்.ஏ பட்டப்படிப்பைப் படித்து முடித்தான். ஓயாமல் பல புத்தகங்களைப் படிக்க ஆரம்பித்தான்.

குறிப்பாக பெட்ரன்ட் ரஸ்ஸல் எழுதிய 'கடவுள் மறுப்பு' புத்தகங்களை ஆழ்ந்து படித்தான். நாத்திக வாதியானான். தமிழ் சிறுகதைகளின் தோற்றம், வளர்ச்சிப் பற்றி பேசினான், எழுதினான். உலக சினிமாவைத் தெரிந்து கொண்டு இந்திய சினிமா மேதைகளின் படைப்புகளையும் கடுமையாக விமர்சனம் செய்தான். தன் நெருங்கிய நண்பர்களுடன் சேர்ந்து 'பிரக்ஞை' என்ற இலக்கிய

மாத இதழை நடத்தினான். 'பிரக்ஞை' இதழின் முதல் பிரதியில் தலையங்கம் எழுதினான்.

'இந்த நாட்டின் சினிமா சரியில்லை, இந்த நாட்டின் பத்திரிகைகள் சரியில்லை. அதனால் தான் இந்த நாட்டின் அரசியலும் சரியில்லாமல் போனது!

நான் இயக்கிய 'ஊமை ஜனங்கள்' படத்தை தியேட்டரில் என் அருகே உட்கார்ந்து பார்த்துக் கொண்டிருந்தபோது படத்தின் ஒரு காட்சியின் போது என் கையைப் பற்றி "Don't Give Up Film Making! பிரமாதமாகச் செய்திருக்கிறாய்!" என்று சொன்னான். மேலும் "உலகம் பூராவும் உள்ள மாற்று சினிமாவை இயக்கும் அத்தனை இயக்குனர்களும் மிகுந்த பொருளாதார கஷ்டத்தோடு தான் ஜீவிக்கிறார்கள்! உன்னைப்போலதான்" என்றான்.

"உச்சி வெயில்" படத்திற்குப் பிறகு இரண்டு அனாதை நண்பர்களைப் பற்றிய ஒரு கதையை விரிவாகச் சொல்லி, வாய்ப்பு வரும்போது படமாகச் செய், காமெடி நடிகர் சார்லியை நடிக்க வை! என்று கூறினான்.

என் அண்ணன் தனது ஐம்பதாவது வயதில் மரணித்தான்!

என் கூடப்பிறந்தவர்கள் என்னைத் தவிர ஆறுபேர்கள். அதில் கடைசி இரண்டு பேர்கள் இரட்டைப்பிறவி-தம்பிகள்.

இந்த இரட்டையில் ஒருவன் பெயர் குமார். அதிகம் படிக்கவில்லை. தினமும் உடற்பயிற்சியில் ஈடுபட்டு தன் உடம்பை கட்டுமஸ்த்தான் மாதிரி வைத்துக் கொண்டிருந்தான்.

'புத்தியை வளர்க்காம உடம்பை வளர்த்துக்கிட்டு இருக்கான், இவன் ஒரு நாள் தன் தேகபலம் எப்படியிருக்கிறது என்று பார்க்க யார் மீதாவது தன் பலத்தைப் பிரயோகிப்பான்.' என்று என் தந்தை கூறுவார்.

ஆனால் இந்த தம்பிதான் நன்றாக உழைத்து பெரிய அளவில் சம்பாதித்தான்.

இவன் சென்னை கோட்டூர் புரத்தில் ஒரு மெடிக்கல் ஷாப் மிக வெற்றிகரமாக நடத்திக் கொண்டிருந்தான். இந்த மெடிக்கல் ஷாப்பை நடத்துவதற்கு என் தந்தைதான் அவனுக்கு முதலீட்டு பணத்தைப் அளித்தார்.

இந்த மெடிக்கல் ஷாப்பை ஆரம்பிப்பதற்குமுன் அனுபவம் ஏற்பட வேண்டும் என்று என் தந்தை ஆள்வார்பேோட்டையில் இயங்கிக் கொண்டிருந்த ஒரு மெடிக்கல் ஷாப்பில் சேல்ஸ் மே-னாக இவனைச் சேர்த்துவிட்டார். இங்கே பெற்ற அனுபவம், இவனை தனியாக ஒரு மெடிக்கல் ஷாப் நடத்துகிற (முதலாளியாக) அளவிற்கு உயர்த்தியது.

இவையெல்லாம் இவனுக்கு நடப்பதற்கு முன், எங்கள் ஆதம்பாக்கம் ஊரில் சில நண்பர்களுடன் சேர்ந்து வெட்டியாகப் பொழுதை கழித்துக் கொண்டிருந்தான்.

ஆதம்பாக்கம் மற்றும் ஆலந்தூர் ஆகிய பகுதிகளை சென்னை கடற்கரையிலிருந்து தாம்பரம் வரை செல்லும் மின்சார ரயில் தண்டவாளங்கள் இரண்டு பகுதியாக பிரித்திருந்தது.

ஆலந்தூர் பகுதியில் இருந்த ஒருதியேட்டரை நடத்தியவர்களைக் கண்டு இரண்டு பகுதி மக்களும் பயந்து ஒதுங்கியிருந்தனர்.

அவர்களில் ஒருவர் பாலன் என்பவராவார். இவருடைய தம்பி ஒருவன் எங்கள் ஆதம்பாக்கம் தெருக்களில் அடிக்கடி தன் கூட்டாளிகளோடு போய் வருவதைப் பார்த்து என் தம்பி அவனை வழிமறித்து “எதுக்காக இந்தப்பக்கம் அலையறே... எந்தப் பெண்ணை பார்க்க வர்றே?” என்று (சமூக அக்கறையா இது?) என்று கேட்டு அவனைப் பலமாக அடிக்க, அவன் என் தம்பியிடமிருந்து தப்பித்து அடுத்த பக்கம் இருந்த ஆலந்தூர் பகுதிக்கு ஓடிவிட்டான். (இது என்ன தெருச் சண்டை?)

மாலை இருட்டியதும் ஆலந்தூர் பாலன் என் வீட்டுக்கு வந்து சாதுர்யமாக என் தம்பியிடம் பேசி அவனை, தங்கள் பகுதிக்கு அழைத்துப் போய் ஏறக்குறைய ஐந்து ஆறுபேர்களாக மிக முரட்டுத்தனமாக உருட்டு கட்டை, இரும்புச் சங்கிலி இவற்றால் தாக்க, என் தம்பி எல்லா அடிகளையும் தாங்கிக் கொண்டு பிறகு ஒரு கட்டத்தில் தன்னை கொன்று விடுவார்கள் என்று புரிந்து கொண்டு ஒரே அடியால் பாலனைத் தாக்கி வீழ்த்திவிட்டு (உடற்பயிற்சியின் பலனா இது?) நேராக ஆலந்தூர் போலீஸ் ஸ்டேஷனுக்குப் போய் நடந்ததைக் கூறி தன்னை லாக்கப்பில் வைக்கச் சொல்ல, அவர்களும் அவனை லாக்கப்பில் அடைத்தனர்.

குமார்

நான் இரவு ஒன்பது மணியளவில் குடிசை படத்தின் பணிகளை முடித்து விட்டு வீடு திரும்பினேன். அப்போது என் தந்தை அலுவலக விஷயமாக வெளியூர் சென்றிருந்தார்.

என் தாய் பீரோவில் இருந்த நகைகள் மற்றும் வீட்டில் இருந்த பணத்தையும் என் கையில் திணித்து “உன் தம்பியை இதை யாருக்குக் கொடுக்க வேண்டுமோ அவர்களுக்குக் கொடுத்து காப்பாற்று. என் வயிற்றில் பால் வார்க்க உடனே போ” என்று அழுது கூறினார்.

நன்கு குடித்து விட்டு, புரண்டு கொண்டிருந்த ஒரு அரசியல்வாதி வீட்டுக்குப் போய் அம்மா கொடுத்த பணத்தை மட்டும் அவருக்குக் கொடுத்து விட்டு என் தம்பியைக் காப்பாற்ற வேண்டினேன்.

அவர் ஆலந்தூர் போலீஸ் ஸ்டேஷனுக்கு ஃபோன் செய்து “அந்த தம்பியை அவசரப்பட்டு வெளியில விட்டுடாதீங்க, அவனைக் கொன்னுடுவாங்க. பத்திரமா லாக்கப்லேயே ராத்தி பூராவும் வச்சுக்கங்க. நாளை விடிகாலையில் அந்த பையனோட அண்ணன் வருவாரு, கொஞ்சம் பணம் தருவாரு. அதைவாங்கிட்டு லாக்கப்லே இருக்கற தம்பியை அண்ணன் கிட்டே ஒப்படைங்க” என்று கூறினார்.

“நீங்க விடியறதுக்குள்ளே வேற ரூட்லே போலீஸ் ஸ்டேஷனுக்குப் போய் தம்பியைக் கூட்டிகிட்டு வீட்டுக்கு போகாம ஏதாவது உறவுக்காரங்க வெளியூர்லே இருந்தா, அவனை ரயில் ஏத்திட்டு வாங்க” என்று என்னிடம் கூறினார் அவர்.

என் தம்பி குமாரை மதுரையில், தன் கணவர் குழந்தைகளுடன் வசிக்கும் என் மூத்த அக்காவின் வீட்டிற்கு எழும்பூரில் ரயில் ஏற்றி அனுப்பி வைத்தேன்.

என் படம் குடிசை திரைக்கு வந்து உள்ளூரில் நான் சற்று பிர-பலமானேன்.

நான் சற்று ஓய்வாக (எத்தனை நாட்களுக்குப் பிறகு!) வீட்டில் இருந்த போது வாசலில் மோட்டர் பைக் வந்து நின்றது. அதிலிருந்து இறங்கி என் வீட்டுக்குள் வந்தார் பாலன்!

“உள்ளவரலாமா டைரக்டர் சார்?” என்றார். “வாங்க மிஸ்டர் பாலன்!” என்றேன்.

“சார், எனக்கும் சினிமாவுல நடிக்கணும்னு ஆசை. பாரதிராஜா சார் டைரக்ட் பண்ணிய ‘டிக்... டிக்... டிக்’ படத்துல நடிச்சேன். ஆனா நான் நடிச்சதுல நிறைய காட்சிகளை எடிட்டிங்லே எடுத்துட்டார் பாரதிராஜா!” நான் அவரையே பார்த்துக் கொண்டிருந்தேன்.

“நீங்க நம்ம ஊர் டைரக்டர்... எனக்கு உங்க படத்துல நடிக்க சான்ஸ் தரணும்” நான் அவரையே பார்த்தேன். “சார்... உங்க தம்பிக்கும் எனக்கும் ஏற்பட்ட விவகாரத்தை... ஏதோ நடந்து போச்சு!”

“உங்களுக்கு ஏற்ற கதாபாத்திரம் இருந்தா நிச்சயம் என் படத்துல நடிக்கலாம் பாலன்!” என்றேன் அவரிடம்.

இரண்டு முக்கிய ஏரியாக்களை ரயில் தண்டவாளங்கள் பிரித்திருந்தன. ஆனால் சக மனிதர்களை ‘சினிமா’ என்கிற சக்திவாய்ந்த ஊடகம் ஒன்று சேர்த்து வைத்தது!

டிசைனர் பாண்டியன் வீட்டில் நானும் காமிரா மேன் ரமேஷும் பேசிக் கொண்டிருந்தோம், “குடிசை படத்திற்கு நன்கொடை வசூல் செய்த மாதிரி மறுபடியும் முயற்சிப் பண்ணிப் பாருங்களேன். நான் டிசைன் செயது 500 பிரதிகள் அச்சடித்துத் தருகிறேன், அதைக் கொடுத்து நன்கொடை கேளுங்கள்... கண்டிப்பாக உங்களுக்காகத் தருவார்கள்” என்றார் பாண்டியன்.

நானும் ரமேஷும் திரை உலகில் உள்ள பலரை சந்தித்துக் கேட்டோம், பலமுறை தேசிய விருதுகள் வாங்கிய ஒளிப்பதிவு மேதை பி.சி.ஸ்ரீராம் மட்டும் நன்கொடையாக பத்தாயிரம் ரூபாய்க்கு ஒரு காசோலையைத் தந்தார்!

“ரொம்ப இருட்டாவே படம் பூராவும் இருக்கும், நடிகர்கள் மெல்ல பேசுவாங்க... எப்போதாவது மியூசிக் கேக்கும். இதுதானே நீங்க டைரக்ட் பண்ணப்போற படம்? I don’t like such films!” என்றார் நடிகை ராதிகா.

ஏறக்குறைய பதினைந்து நாட்கள் நானும் ரமேஷும் அலைந்ததுதான் மிச்சம். கடைசியில் முயற்சியைக் கை விட்டோம். இருந்தாலும் முயற்சியை சிலராவது தெரிந்து கொள்ளட்டுமே என்று அந்த விண்ணப்ப அட்டையை எல்லாப் பத்திரிகைக்கும் தபால் மூலம் அனுப்பி வைத்தேன்.

ஆனந்த விகடன் பத்திரிகை என்னைப் பேட்டியெடுத்து பிரசுரித்தது.

“உச்சி வெயில் படும் பாடு!”

இதுதான் என் பேட்டிக்கு அவர்கள் கொடுத்த தலைப்பு.

நன்கொடை கேட்க பாண்டியன் அச்சடித்துக்கொடுத்த
உச்சி வெயில் விளம்பர படம்

அப்போது நவராத்திரி சீஸன், வாசலில் ஒரு அம்பாசிடர் கார் வந்தது. பனியன் லுங்கியுடன் இருந்த நான் வெளியே வந்து பார்த்தேன்.

“டைரக்டர் ஜெயபாரதியைப் பார்க்கணும்”

“நான் தான் ஜெயபாரதி” என்றேன்.

வந்திருந்த இரண்டு பேர்களும் என்னை ஏற இறங்கப் பார்த்தனர்.

“நாங்க சினிமா டைரக்டர் ஜெயபாரதியைப் பார்க்கணும்!”

‘நான் தான் அது!’ என்றேன்.

“ஆனந்த விகடனில் உங்கள் பேட்டியைப் படித்தோம். நல்ல இயக்குனர் ஒரு நல்ல படத்தை இயக்க ஏன் இவ்வளவு சிரமப்படணும்னு யோசித்தோம், உங்களுக்கு உதவலாம் என்று அரக்கோணத்திலிருந்து வந்திருக்கோம்.”

வந்தவரில் ஒருவர் டி.எம். சுந்தரம், எம்.ஏ. பட்டதாரி. அரக்கோணத்தில் ஒரு சைவ ஹோட்டல் வெற்றிகரமாக நடத்திக் கொண்டிருக்கிறார். கலை, இலக்கியத்தின் மீது அளவற்ற ஈடுபாடு. வந்து கொண்டிருக்கும் எந்த சினிமாவையும் பார்ப்பதில்லை என்றார்.

உடன் வந்தவர் அதே அரக்கோணத்தில் ஒரு பள்ளியில் ஆசிரியர். பெயர், ராதாகிருஷ்ணன். சுந்தரமும் இவரும் மிக நெருங்கிய நண்பர்கள்.

“சினிமா தயாரிப்பு பற்றி எதுவுமே தெரியாது, நீங்கள்தான் என்னை Guide பண்ணணும், நான் என் ஓட்டல் வேலையை விட்டுட்டு படப்பிடிப்புக்கு அடிக்கடி வந்துபோக முடியாது. என் நண்பர் ராதா கிருஷ்ணன் கவனிச்சுப்பார், உச்சி வெயில் படத்தை எடுத்து முடிக்க எவ்வளவு செலவாகும்?” கேட்டார் சுந்தரம்.

“ஆறு லட்சம் ஆகும்!” என்றேன். “நான் தரேன்!” என்றார் சுந்தரம்.

‘ஜ்வாலா’ என்ற பெயரை ஃபிலிம் ப்ரட்யூஸர்ஸ் கில்டில் பதிவு செய்தோம். விஜயா கலர்லேப்பில் ஒப்பந்தம் போடப்பட்டது.

நடிகர் நாஸரை நடிக்க முடியுமா என்று கேட்டேன். 'பல படங்களில் நடித்துக் கொண்டிருப்பதால் உடனடியாக நடிக்க வர இயலாது என்றார்.' மேலும் தன்னுடன் அடையார் திரைப்படக் கல்லூரியில் நடிப்பு பயிற்சியை முடித்தவுடன் பலரிடம் சான்ஸ் கேட்டும் கிடைக்காததால் சலித்துப் போய் சென்னை அப்பலோ மருத்துவமனையில் Lab Technician ஆக வேலையில் இருக்கும் விஜயகுமாருக்கு சான்ஸ் தாருங்கள், மிக நன்றாக நடிப்பான் என்று கூற, நான் உடனே அப்பல்லோ மருத்துவமனைக்குச் சென்று விஜயகுமாரைச் சந்தித்தேன்.

'உச்சி வெயில்' படம் கண்டிப்பாக கமர்ஷியல் படமாக இருக்காது. அதனால் படத்தில் நடிக்க வாய்ப்பு வந்துவிட்டதே என்று தற்போது செய்து கொண்டிருக்கும் வேலையை விட்டு விடக்கூடாது. நான் சொல்லும் நாட்களில் விடுமுறை பெற்று வந்து நடிக்கவேண்டும். இதற்கு சம்மதம் என்றால் கொடுக்கின்ற அட்வான்ஸ் தொகையைப் பெற்றுக் கொள்ளலாம்.

இதற்கு விஜயகுமார் ஒப்புக்கொண்டார். நான் ராதா கிருஷ்ணனிடம், அவருக்கு அட்வான்ஸ் தொகையை அளிக்கச் சொன்னேன்.

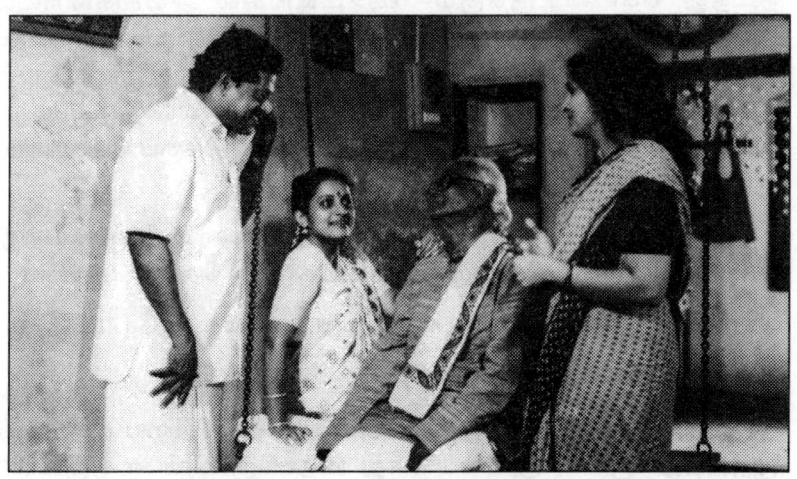

உச்சிவெயில் படத்தில் ஒரு காட்சி

'உச்சி வெயில்' படத்தின் படப்பிடிப்பை உதவி இயக்குனர் சீதாராமனின் மாமனார் வீட்டை வாடகைக்கு எடுத்துக் கொண்டு

நடத்தினேன். தொடர்ந்து ஏழு நாட்கள் படப்பிடிப்பு நடந்தது.

சுந்தரத்தின் நண்பர் ராதாகிருஷ்ணன் படப்பிடிப்புக்கான அன்றாட செலவுகளைச் செய்து வந்தார்.

விஜயகுமார் தவிர, டெல்லி கணேஷ், உமா மற்றும் உஷா என்கிறவர்கள் நடித்தனர்.

படத்தின் மையக் கரு, ஒரு வயதான காந்தியவாதி தாத்தாவைப் பற்றியது. இக்கதாபாத்திரத்தில் நடிக்க வைக்க கோடம்பாக்கம் குடிசைப் பகுதியில் வசித்து வந்த குப்புசாமி என்கிற வயதானவரை நடிக்க வைத்தேன்.

"நீங்கள் தான் உச்சி வெயில் படத்தில் ஹீரோ" என்று உதவி இயக்குனர் ஜெகன் என்பவர் அவரிடம் சொன்னபோது, படத்தில் தனக்கு எத்தனை பாடல் காட்சிகளை டைரக்டர் வைத்திருக்கிறார்? என்று சீரியஸாகக் கேட்டார். எடுக்கப்படும் படம் வேறுமாதிரியான படம் என்று அவருக்கு எப்படி புரிய வைப்பது என்று தெரியவில்லை.

இவர் பல ஆண்டுகளாக காலையில் வீட்டை விட்டுக் கிளம்பி ஒவ்வொரு ஸ்டுடியோக்களுக்கும் போய் அங்கே நடந்து கொண்டிருக்கும் ஷூட்டிங்கில் இயக்குனரிடம் 'வேஷம்' கேட்பாராம். அவரை நடிக்க வைக்க முடியவில்லை என்றால் ஆதங்கத்தில் 'படிப்பணமாக' ஐம்பது ரூபாயைத் தந்து விடுவார்களாம். இன்றைய வீட்டுச் செலவிற்கு ஐம்பது ரூபாய் கிடைத்ததே என்ற நிம்மதியுடன் வீட்டுக்குப் போவாராம் குப்புசாமித் தாத்தா!

'இந்தப் பெரியவர் பல தமிழ் படங்களில் பஞ்சாயத்து காட்சிகளில் கும்பலில் ஒருவராக உட்கார்ந்து கொண்டிருப்பார்.'

அவரிடம் மூவாயிரம் ரூபாயை முன்பணமாக தந்தோம்.

"எனக்கா இவ்வளவு பணம்?"

"ஆமாம் தாத்தா... இது அட்வான்ஸ்தான். மீதியை ஷூட்டிங் முடியறதுக்குள்ள அவ்வப்போது ராதாகிருஷ்ணன் தருவார்" என்றேன்.

"இன்னுமா தருவீங்க?" ஆச்சர்யம் அடைந்தார் அவர்.

ஜெயபாரதி

தினமும் மாலையில் படப்பிடிப்பு முடிந்ததும் ராதா கிருஷ்ணனிடம் 'படிப்பணம்' ஐம்பது ரூபாயைக் கேட்டார். ராதா கிருஷ்ணனோ "சம்பளம் தான் தருகிறோம், அப்புறம் எதுக்கு படிப்பணம் ஐம்பது ரூபாய்" என்று தர மறுத்து விட்டார்.

"வெறும் ஐம்பது ரூபாய் தானே கேட்கிறார்... கொடுங்கள்" என்றேன் நான்.

ஆனால் எந்தப் படிப்பணமும், தன்னுடைய கார் பெட்ரோல் செலவிற்கான பணம் மற்றும் கார் டிரைவரின் தினசரி பேட்டா என்று எதையுமே வாங்கிக் கொள்ளாமல் நான் கூப்பிட்டேன் என்பதற்காக மிகுந்த சந்தோஷத்துடன் 'உச்சி வெயில்' படத்தின் முக்கியமான கதாபாத்திரத்தில் மிகச் சிறப்பாக நடித்தவர் நடிகை ஸ்ரீவித்யா அவர்கள்! படத்திற்கான தன் உடைகளையும் அவரே கொண்டு வந்தார்.

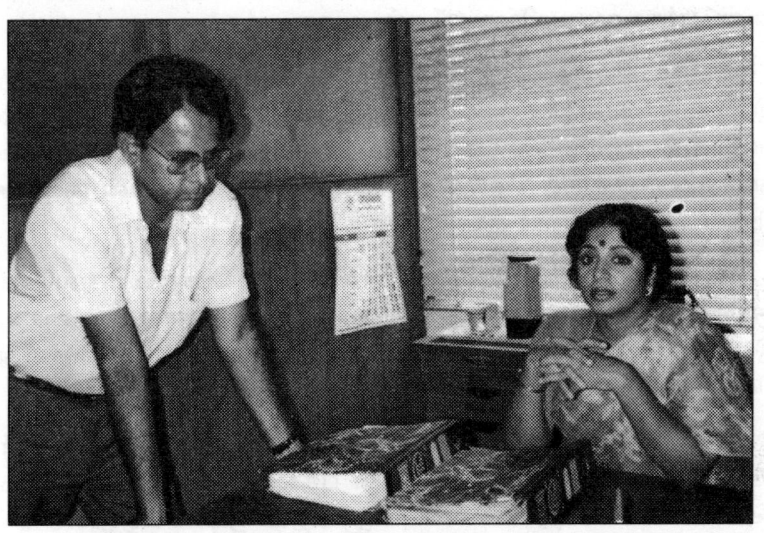

உச்சி வெயில் படப்பிடிப்பில் ஜெயபாரதி- ஸ்ரீவித்யா

அவரின் காட்சிகளை முடித்தவுடன் "மேடம்... எவ்வளவு Payment தரச் சொல்லட்டும்?" என்று கேட்டேன். "உங்களுக்கு நான் எவ்வளவு Payment தரணும் இப்போ?" என்றார் ஸ்ரீவித்யா.

"உங்களின் குடிசை" படம் பற்றி நிறைய கேள்விப்பட்டிருக்கிறேன். நீங்கள் என்னிடம் என் படத்தில் நடிக்க முடியுமா

என்று கேட்டபோது உடனே, ஒப்புக் கொண்டதற்கான காரணம் இது தான். எல்லோருக்கும் கிடைக்கிற வாய்ப்பு இல்லை இது. இந்த வாய்ப்பு எனக்கு எதிர்பாராமல் கிடைத்தது. மறுபடியும் இன்னொரு படம் இயக்கும் போது மறக்காமல் எனக்கு ஒரு கதாபாத்திரத்தில் நடிக்க சந்தர்ப்பம் தாருங்கள். Yes... I Love to work with you sir! என்றார்.

'குடிசை' என்கிற என் முதல் படம் மிக எளிமையான படைப்பு. தமிழ் நாட்டில் உள்ள அனைவருக்கும் பத்திரிகைகள் மூலமாக குடிசைப் படத்தை நான் இரண்டாண்டு போராட்டத்தில் வெற்றிகரமாக இயக்கி ரிலிஸூம் செய்தேன் என்று தெரியும்.

என்னை 'இவர்தான் ஜெயபாரதி' என்று யாருக்காவது அறிமுகம் செய்து வைத்தால் முதலில் புரிந்து கொள்ள மாட்டார்கள். அதுவே இவர்தான் 'குடிசை' ஜெயபாரதி என்றால் "சார்... உங்களைப் பத்தி நிறைய கேள்விக் பட்டிருக்கிறேன். ஆனால், குடிசை படத்தை நான் பார்க்க முடியவில்லை" என்பார்கள்.

ஒளிப்பதிவாளர், இயக்குனர் தங்கர்பச்சான் ஒருமுறை இளையராஜாவுக்கு என்னை அறிமுகப்படுத்தினார்! நானும் ராஜாவும் ஏற்கனவே அறிமுகம் ஆனவர்கள் என்ற விஷயம் தங்கர்பச்சானுக்குத் தெரியாது. "ராஜா சார்... இவர்தான் குடிசை ஜெயபாரதி..."என்றார் தங்கர்பச்சான்.

"உஷ்... ஜெயபாரதின்னு சொன்னாலே போதும்... எல்லோருக்கும் தெரியும், அது என்ன பெயருக்கு முன்னால் 'குடிசை'... இவர் பங்களா ஜெயபாரதியாக மாறட்டும்! என்றார் ராஜா என் மீது கொண்ட அன்பினால்.

மிகச் சிறந்த நடிகை ஸ்ரீவித்யா, பிரபல கர்நாடக இசைப்பாடகர் எம்.எல். வசந்தகுமாரி அவர்களின் புதல்வி. 'சினிமாவெல்லாம் வேண்டாமே' என்று சொல்லியும் ஸ்ரீவித்யா நடிக்க வந்தார்.

தான் காதலித்துத் திருமணம் செய்த கணவரிடம் பிரிவு ஏற்பட்டு சொத்து விஷயமாக பெங்களூரில் நடந்த நீதி மன்ற வழக்கிற்காக அடிக்கடி பெங்களூர் சென்று வந்தார்.

'உச்சி வெயில்' டப்பிங் பேச வந்த அவர் என்னிடம் மனம் விட்டு, தான் தற்போது அனுபவித்துவரும் துன்பம் பற்றி ஒரு

சகோதரனிடம் கூறுவது போல் கூறினார்.

"எல்லாம் சரியாகி விடும் மேடம்!" என்னால் இவ்வளவுதான் அவருக்கு சொல்ல முடிந்தது.

நான் சொன்னது போலவே அவர் பட்ட துன்பங்கள் எல்லாமே முற்றிலுமாக சரியானது ஒரு நாள்.

திருவனந்தபுரத்தில் ஸ்ரீவித்யா புற்று நோயால் அவதிப்பட்டு காலமானார். கேரள அரசு அவர் உடலை தக்க மரியாதையுடன் தகனம் செய்தது.

இந்த மரியாதை, கௌரவம் போதாதா ஒரு படைப்பாளிக்கு, கலைஞருக்கு?

ஸ்ரீவித்யாவிற்கு அந்த கௌரவம், மரியாதை கிடைத்தது எனக்குள் மகிழ்ச்சியை ஏற்படுத்தியது என்னவோ உண்மை.

'உச்சி வெயில்' படம் தணிக்கைச் சான்றிதழ் பெற்றது. ஏற்கனவே விஜயகுமார் (மஞ்சுளா) இருப்பதால் படத்தில் நடித்த விஜயகுமாரின் பெயரை 'விஜய்' என்று டைட்டிலில் போட்டேன். அவர்தான் பின் நாளில் 'தலைவாசல்' விஜய் என்று எல்லோராலும் அறியப்பட்டார்!

அரக்கோணம் சுந்தரம் என்னோடு பகைமை பாராட்ட ஆரம்பித்தார்.

காரணம்?

'உச்சி வெயில்' படம் வளர்ந்து கொண்டிருந்தது. பல பத்திரிகைகளில் செய்திகளும், சில பத்திரிகைகளில் என் பேட்டியும் பிரசுரமாயின. 'படம் எடுப்பதற்கு நான்தானே பெரிய தொகையை செலவு செய்கிறேன். எல்லா விளம்பரங்களும் ஜெயபாரதிக்கே கிடைக்கிறது' என்பது தான் அவரின் கோபம்.

டி.எம். சுந்தரம் பெரிய படிப்பு படித்தவர், வெற்றிகரமாக ஒரு ஹோட்டலை நடத்தி வருகிறார். ஆனால் சினிமா உலகிற்கு, பத்திரிகையாளர்களுக்கு இவரை அடியோடு தெரியாது. உச்சி வெயில் படத்திற்கு தேசிய விருது கிடைத்தாலோ, அல்லது படம் வெளியாகி வெற்றிகரமாக ஓடினாலோதான் இவரைப் பற்றிய செய்திகள் வெளியாகும். அதுவரை இவர் படத்தின் தயாரிப்பா

ளராக இருந்தாலும் பத்திரிகையில் இவரைப் பற்றி எந்த செய்தியும் வராது.

ஒரு சின்னப் பையனுக்குச் சொல்வது போல் அவருக்கு நான் சொல்லியும் அவர் கோபம் தணியவில்லை.

டிசம்பர் 27 ம் தேதி தணிக்கைச் சான்றிதழ் பெற்றவுடன் படத்தின் பிரிண்டை இந்திய உலகத் திரைப்பட விழாவின் தேர்வுக்கு அனுப்ப மறுத்து அதிர்ச்சியை ஏற்படுத்தினார்.

காமிராமேன் ரமேஷ் அவரிடம் ‘நீங்கள் படத்தை டெல்லிக்கு அனுப்ப வேண்டாம். ஆனால் படத்தின் தணிக்கை சான்றிதழை தயாரிப்பாளர்களின் கில்டில் அதன் தலைவரிடம் காட்டவேண்டும். இதுதான் முறை’ என்று ஒரு பொய்யைச் சொன்னார்.

சினிமாத் தயாரிப்பு பற்றி எதுவுமே தெரியாத அவர், ரமேஷ் சொன்னது உண்மை என்று நினைத்து படப் பெட்டியுடன் (காரில் இருந்தது) கில்டுக்கு எங்களுடன் வந்தார்.

தயாரிப்பாளர்களின் கில்டின் சேர்மனாக வலம்புரி சோமநாதன் இருந்தார்.

நான் அவரிடம் நடந்தவைகளைச் சொன்னேன்.

அவர் கோபத்துடன் அந்த ‘சுந்தரத்தை உடனே வரச்சொல்’ என்றார்.

உள்ளே வந்த அவரிடம் ‘ஏன்யா... இவன் டைரக்ட் பண்ணி யிருக்கும் படத்தை திரைப்படவிழா தேர்வுக்கு அனுப்ப முடியாது என்கிறாயாமே. இதுவரை அனுப்பப்பட்ட எந்தத் தமிழ் படமும் செலக்ட் ஆகவில்லை. இவன் படம் போனால் அது நிச்சயம் செலக்ட் ஆகும். இவன் அந்த மாதிரி படங்களைத் தான் இங்கே டைரக்ட் பண்ணிகிட்டு இருக்கான். ஆமாம், இந்த படத்திற்கு என்ன செலவாயிற்று?’

“ஆறு லட்சம்!” என்று சொன்னார் சுந்தரம்.

“அந்த ஆறு லட்சம் ரூபாயை ஒரு துணியில மூட்டையாகட்டி மேஜைமேல வச்சுட்டு... ஒரு மந்திரக்கோலால், ஏ ஆறு லட்சமே... உடனே ஒரு சினிமாவா மாறிடுன்னு மந்திரம் போட்டுப் பாரு... சினிமாவா அது மாறிடுமா... ஆறு லட்சத்துல இவனால தான் ஒரு

சினிமா எடுத்துத் தர முடியும். புரிஞ்சுதா? படம் தேர்வாகி இந்தியன் பனோரமாவுல திரையிட்ட உடனே அதை டெல்லி தூர்தர்ஷன் தேசிய ஒளிபரப்பு செய்யும், நீ செலவு செய்த அந்த ஆறு லட்சமும் ஒரே செக்காக டெல்லியிலிருந்து உன் வீட்டுக்கு வரும்."

சுந்தரம், வலம்புரி சோமநாதனைப் பார்த்தார்.

"ஒரு கூடையில் படத்தோட Print ஐ வச்சுகிட்டு தெருத் தெருவா போய் 'என் உச்சி வெயில் படத்தை வாங்கலியோ' என்று கூவினாலும் ஒருத்தனும் வாங்கமாட்டான். நான் சொல்றதைப் புரிஞ்சுகிட்டு கார்லே இருக்கிற படத்தோட Print ஐ கொண்டு வந்து இங்கே வை.

நான் சொல்ற பேப்பர்லே கையெழுத்தைப் போட்டுட்டு ஊர் போய்ச் சேரு. படம் செலக்ட் ஆனப்புறம் ஜெயபாரதி கூட கல்கத்தாபோ, ப்ளைட் டிக்கெட், கல்கத்தாவுல தங்க 'Five star Hotel accomadation' ஐ மத்திய அரசு ஏற்பாடு பண்ணித்தரும்" என்று கூறினார்.

சுந்தரம் Print ஐ ஒப்படைத்து விட்டு வலம்புரி சோமநாதன் காட்டிய இடங்களில் கையெழுத்தைப் போட்டு விட்டு அரக்கோணம் சென்றார்.

தயாரிப்பாளர் கில்டு தன்செலவில் படப் பெட்டியை டெல்லிக்கு அன்று இரவே விமானம் மூலம் அனுப்பி வைத்தது.

"மனசே சரியில்லே சீதாராமன்... வாங்க பஸ் ஏறி வண்டலூர் zoo போகலாம்!" என்று என் உதவி இயக்குனர் சீதாராமனிடம் சொல்லி, அவருடன் மிருகக்காட்சி சாலைக்குச் சென்றேன்.

சீதாராமனுக்கு ஒன்றும் புரியவில்லை! "என்ன சார் சின்னப் பையன் மாதிரி?" கேட்டார் சீதாராமன்.

"பாரு சீதாராமன்... மிருகங்கள் பறவைகள் எவ்வளவு ஆனந்தமா இருக்கு... கூண்டுக்குள்ளே இருந்தாலும்..."

"வாங்க சார் போலாம் வீட்டுக்கு" என்று கூப்பிட்டார்.

தி.நகரில் இருந்த கில்டு அலுவலகத்திற்குப் போனோம். அங்கிருந்த ஊழியர் என்னை சிரித்தபடி வரவேற்றார். வலம்புரி சோமநாதன் அறைக்கு அனுப்பி வைத்தார் என்னை.

"வாங்க ஜெயபாரதி... உச்சி வெயில் படம் இந்தியன் பனேரமாவில் திரையிட செலக்ட் பண்ணிட்டாங்க. நிறைய படங்கள் தயாரிக்கறது நம்ம தமிழ் சினிமா ஃபீல்டு. ஆனால், ஒரு தமிழ்ப் படம் கூட பனோரமாவுல திரையிடத் தகுதியில்லாம போச்சு, கடைசியில உங்கள் படத்தை நான் அனுப்பினதால செலக்ட் பண்ணிட்டாங்க. நீங்க தமிழனோட மானத்தைக் காப்பாத்திட்டீங்க" என்று அருகில் இருந்த மாலையை எடுத்து என் கழுத்தில் போட்டார்...

"நீங்க இங்கே வரதுக்கு முன்னே அரக்கோணத்திலேருந்து சுந்தரம் இந்த மாலையைக் கொண்டு வந்து எனக்குப் போட வந்தார். புதுசா ஒரு மாலையை வாங்கிட்டுப் போய் டைரக்டர் ஜெயபாரதிக்குப் போடுங்கன்னு அனுப்பி வச்சேன்" என்றார் வலம்புரி சோமநாதன்.

ஜெயபாரதி

என் முதல் விமானம் பயணம் பம்பாய்க்கு. உச்சி வெயில் படத்தை இந்தியாவின் சர்வதேச திரைப்பட விழாவின் பனோரமா பிரிவில் திரையிடுவதால் படத்திற்கு ஆங்கில SUB TITLES சேர்க்க வேண்டும். பல வெளிநாட்டு இயக்குனர்கள் பத்திரிகையாளர்கள் கலந்து கொள்ளும் மிகவும் கௌரவமான விழா இது.

பம்பாய் சென்றேன். நம் ஊரைச் சேர்ந்த லட்சுமி ஐயர் என்கிற பெண்மணி மிக எளிமையான ஆங்கிலத்தில் படத்தின் தமிழ் வசனங்களை மொழிபெயர்த்து Sub titles செய்ய பம்பாய் NFDC-யில் உதவினார்.

எனது இரண்டாவது விமானப் பயணம் கல்கத்தாவிற்கு.

கல்கத்தா!

இந்த ஊரை நான் ஸ்தூலமாகப் பார்க்காமலே இதனுடன் நான் ஒரு affinity-யை ஏற்படுத்திக் கொண்டிருந்தேன்.

என் குடிசை படத்தை ஆரம்பிக்கும் முன் சென்னையில் நல்ல சினிமா பற்றிய ஒரு விழிப்புணர்வை ஏற்படுத்த என் சொந்தச் செலவில் உலகப்புகழ் பெற்ற பெங்காலி டைரக்டர்களான சத்யஜித்ரே, மிருனாள் சென், ரித்விக் கட்டக், தபன் சின்ஹா போன்றவர்களின் படங்களை வரவழைத்து சென்னை தி.நகரில் உள்ள கிருஷ்ணவேணி தியேட்டரில் ஞாயிறு காலை 10 மணி காட்சியாகத் திரையிட்டேன். ஆங்கில இந்து நாளேடு நாளிதழில் ஒரு விளம்பரமும் கொடுத்தேன்.

இந்தப் படங்களை வரிசையில் நின்று டிக்கெட் வாங்கிப் பார்த்தவர்கள் தமிழ்த் திரை உலகின் பாலுமகேந்திரா, உதிரிப்பூக்கள் 'மகேந்திரன்' போன்றவர்கள்!

ஜ்வாலா என்ற அமைப்பை ஆரம்பித்து மிகத்தரமான சினிமா பற்றிய ரசனையை ஏற்படுத்தும் இன்னொரு முயற்சியாக நான் ஒரு

மலரை வெளியிட்டேன். அந்த மலருக்கான கட்டுரைகளை நான் கடிதம் மூலம் கேட்டவுடன் அனுப்பியவர்கள்-

எழுத்தாளர் 'சுஜாதா'

எழுத்தாளர் 'அசோகமித்திரன்'

எழுத்தாளர் 'து.ராமமூர்த்தி'

இசையமைப்பாளர் 'எம்.பி. ஸ்ரீனிவாசன்'

'நடிகர் ராஜ்கபூரின் திரைக்கதாசிரியர் Khwaja Ahmed Abbas (கே.ஏ. அப்பாஸ்)'

'ஆர்தர் பையஸ் (திரைப்பட விமர்சகர்)'

"ஒளிப்பதிவாளர் எஸ். ராமச்சந்திரா (தேசிய விருதுபெற்றவர் - பெங்களூரு)"

"ராண்டர்கை (திரைப்பட ஆய்வாளர்)

மலரை மனோபாலா வடிவமைத்துக் கொடுத்தார், சென்னை மவுண்ட் ரோட்டில் உள்ள மத்திய நூலகக் கட்டிடத்தில் ஒரு சிறிய விழா ஒன்றில் மலரை வெளியிட்டேன்.

தயாரிப்பாளர் சுந்தரமும், அவர் நண்பர் ராதாகிருஷ்ணனும் என்னுடன் கல்கத்தா வந்தார்கள்.

பனி பெய்து நடுங்கிக் கொண்டிருந்தது கல்கத்தா. டம்டம் விமான நிலையத்தில் என்னை Directorate of film festivals அதிகாரிகள் வரவேற்றனர். அப்போது மணி நடு இரவு சுமார் இரண்டரை மணி.

எங்கள் மூவரையும் நட்சத்திர ஓட்டலில் தங்க வைத்தனர்.

மறுநாள் காலை கல்கத்தாவின் சில இடங்களைப் பார்க்கப் பே-ானோம். எதிரே நடிகர் சாருஹாசன் வந்து கொண்டிருந்தார். என் கைகளைக் குலுக்கி 'பாராட்டுகள்' என்றார். நான் சுந்தரத்தையும், ராதா கிருஷ்ணனையும் அவருக்கு அறிமுகம் செய்து வைத்தேன். அவர் அவர்களுக்கு 'ஹலோ' மட்டும் சொல்லிவிட்டு தொடர்ந்து என்னிடம் பேசினார்.

சுந்தரத்தின் முகம் மாறியது.

உச்சி வெயில் படத்தைத் திரையிடுவதற்குமுன் என்னையும் சுந்தரத்தையும் மேடைக்கு அழைத்துச் சென்றார்கள். என்னைப் பேசச் சொன்னார்கள் "எனக்கு பதிலா இந்தப் படத்தின் தயாரிப்பாளர் பேசுவார். நான் பேசுவதற்குப் பதிலாக என் படம் உங்களிடம் பேசும்" என்றேன்.

தியேட்டர் அதிர்ந்தது. பிறகு சுந்தரம் பேசினார்.

பம்பாயிலிருந்து வெளியாகும் ஸ்டார் அண்டு ஸ்டைல் மற்றும் ஃபிலிம்பேர் பத்திரிகையின் நிருபர் ஜோதி வெங்கடேஷ் என்னிடம் வந்து பேச ஆரம்பித்தார். ஜோதி வெங்கடேஷுக்கும் சுந்தரத்தை அறிமுகப்படுத்தினேன். அவரும் சம்பிரதாயமாக ஹலோ சொல்லிவிட்டு என்னிடமே பேசிக் கொண்டிருந்தார்.

"என்ன ஜெயபாரதி... எல்லாரும் உங்ககிட்ட மட்டும் பேசறாங்க?" என்றார் சுந்தரம்.

ஏன் இவருக்கு இப்படி ஒரு தாழ்வு மனப்பான்மை? ஒரு ஹோட்டல் முதலாளி இப்படியா நடந்து கொள்வது... அவர் ஹோட்டலில் பணிபுரியும் சர்வர் கூட இப்படி முதிர்ச்சி இல்லாமல் நடந்து கொள்ள மாட்டாரே!

இந்தியன் பனோரமாவில் திரையிடப்பட்டதால், டெல்லி தூர்தர்ஷன் உச்சி வெயில் படத்தை ஒரு ஞாயிற்றுக்கிழமை மதியம் தேசிய ஒளிபரப்பாக வெளியிட்டது. சுந்தரத்திற்கு அவர் செலவு செய்த ஆறுலட்சத்திற்கான செக் டெல்லி தூர்தர்ஷ னிலிருந்து வந்தது.

என்னால் தயாரிப்பாளர் சுந்தரத்திற்கு ஒரு ரூபாய் கூட நஷ்டம் ஏற்படவில்லை!

'உச்சி வெயில்' பிரதியை (PRINT) தேசிய விருதுக்கு அனுப்ப முடியாது என்று மறுத்து அனுப்பாமல் விட்டார்.

அந்த ஆண்டு தேசிய விருதுகள் கமிட்டியின் சேர்மனாக உதிரிப்பூக்கள் மகேந்திரன் இருந்தார். 'உங்கள் படம் ஏன் விருதுக்கு வரவில்லை?' என்று கேட்டார் மகேந்திரன். நடந்தவற்றை சொன்னேன் அவரிடம்...

தமிழ்நாட்டில் நல்ல படைப்பாளிகள் என்றைக்குமே சந்தோஷப்பட்டதே இல்லை! என்றார்.

பத்து ஆண்டுகளுக்குப் பிறகு வேறு முக்கியமான ஒருவரை அரக்கோணத்தில் சந்திக்கப் போனேன். தன் ஹோட்டலிலிருந்து என்னைப் பார்த்து என் கைகளைப் பிடித்து உள்ளே அழைத்துப்போனார் சுந்தரம்.

“நடந்தவற்றை மறந்துவிடுங்கள்... என் நண்பன். அதான் பள்ளி ஆசிரியர் ராதாகிருஷ்ணனின் அறிவுரையால் நான் அப்படி உங்களிடம் நடந்து கொண்டேன். என் சகோதரர்களிடமும் தவறாக போதித்து அவர்களை என்னிடமிருந்து பிரித்து விட்டார். இந்த ஹோட்டல் பக்கமே வரக்கூடாது என்று ராதா கிருஷ்ணனுக்கு சொல்லிவிட்டேன்” என்றார் சுந்தரம்.

என்னைக் கட்டாயப்படுத்தி சாப்பிடச் சொன்னார். அரக்கோணம் இரயில்வே ஸ்டேஷனுக்கும் என்னுடன் வந்தார்.

ஒரு கவரைக் கொடுத்து, “இதில் பணம் இருக்கிறது. இதை மிகவும் அன்புடன் தருகிறேன்... மறுக்காமல் வாங்கிக் கொள்ளுங்கள்” என்று தந்தார். இன்னொரு பெரிய பை ஒன்றில் ஏறக்குறைய இரண்டு கிலோ தீபாவளி ஸ்வீட்களை நிரப்பி அதையும் தந்தார். “எதற்காக இவையெல்லாம் சார்?” என்றேன்.

“ஏதோ.... எனக்கு கொஞ்சம் திருப்தி ஏற்படத்தான்.”

“சுந்தரம் சார்... ஹாலிவுட் நடிகர்கள், தொழிற் நுட்பக் கலைஞர்கள் தங்களுக்கு இந்த ஆண்டாவது ஆஸ்கர் விருதைத் தரமாட்டார்களா என்ற எதிர்பார்ப்புடன் அரங்கத்தில் டென்ஷ னோடு அமர்ந்திருப்பார்கள். ஆனால் விருது யாருக்கோ வழங்கப் படும். கடைசியாக என்றாவது ஒரு நாள் ஏங்கிய கலைஞருக்கு விருதை வழங்கி கௌரவித்து விடுவார்கள். அதனால் தான் விருதை வாங்கிக் கொண்ட பலரும் மேடைமேல் குழந்தை மாதிரி கண்ணீர்விட்டு அழுகிறார்கள்”.

ஆமாம்! அவர்களுக்கு ஒரு பொம்மையைத்தானே அளிக் கிறார்கள்? கவரில் உள்ள பணமோ அல்லது பை நிறைய தீபாவளி பட்சணங்களோ ஒரு படைப்பாளியை சந்தோஷப்பட வைக்காது!

எனக்கு மட்டுமில்லை; உச்சி வெயில் படத்தில் நடித்த, பணிபுரிந்த கலைஞர்களுக்கும் அல்லவா சுந்தரம் நஷ்டத்தை ஏற்படுத்தி விட்டார். அவர்களுக்கு ஏற்பட்ட இழப்பை காரா பூந்தியும், மைசூர்பாகும் ஈடுகட்டுமா?

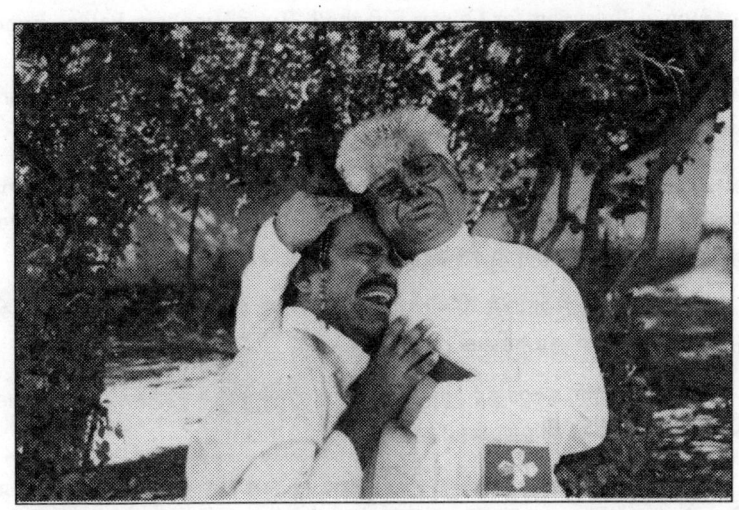

நண்பா நண்பா படத்திலிருந்து ஒரு காட்சி

எந்தவித பிரச்சினையும் எந்த தடங்கலும் இல்லாமல் தயாரிக்கப்பட்ட என் அடுத்த படம் நண்பா நண்பா...

படத்தைத் தயாரித்தவர் எஸ்.வி. ராஜா வைத்திய நாதன் என்பவர். இவர் நடிகர் எஸ்.வி. சேகரின் தம்பி.

நண்பா நண்பாவின் கதை என் அண்ணன் மறைந்த ரவீந்திரன் ராமமூர்த்தி என்னிடம் சொன்ன கதையைக் கொண்டது.

உச்சி வெயில் படத்திற்குப் பிறகு ஏறக்குறைய பத்தாண்டுகள் எந்தப் படவாய்ப்பும் இன்றி நான் இருந்தபோது என் உடல் நிலை பாதிக்கப்படதாகச் சொன்னேன் அல்லாவா?

தி. நகரில் இருந்த டாக்டர் கே.வி. திருவேங்கடம் என்பவர்தான் என்னை வெறும் முப்பது ரூபாய் மாத்திரைகள் மூலம் குணப்படுத்தினார்.

டாக்டர் கே.வி. திருவேங்கடத்தை அறியாத மருத்துவ மனைகளோ, அல்லது டாக்டர்களோ இல்லை என்று கூறலாம். இவர்தான்

மறைந்த எம்.ஜி.ஆருக்கு குடும்ப டாக்டர். இங்கிலாந்து அரசி எலிஸபெத்ராணி அவர்களுக்கும், நம் நாட்டின் ஜனாதி பதிக்கும் இவர் தான் டாக்டர்.

Hon... Physician for Queen Elizabeth Buck Hingham Palace London என்றும் Hon...Physician for President of India என்றும் இவர் லெட்டர் பேடில் இவரின் பெயருக்குக் கீழே மிக சிறிய எழுத்துக்களில அச்சிடப் பட்டிருக்கும்.

டாக்டர் கே.வி. திருவேங்கடம் அவர்களால் நான் பழைய மனிதனாகப் புதுத்தெம்புடன் மறுபடியும் Group Funding மூலமாக படத்தை இயக்கலாம் என்று முயற்சியில் இறங்கினேன்.

என் முயற்சியைக் கேள்விப்பட்ட எஸ்.வி. ராஜாவைத்திய நாதன், தானே தயாரிக்க முன் வந்தார்.

எழுத்தாளர் சுஜாதா அவர்களின் வழி நடத்துதலால் இயங்கிக் கொண்டிருந்த நிறுவனம்தான் Media Dreams.

இந்த நிறுவனத்தின் முதல் படைப்பாக பாலூமகேந்திரா கதை நேரம் என்கிற டி.வி. நிகழ்ச்சியை இந்த நிறுவனம் தயாரித்தது. தமிழ் சிறுகதைகளை வாரம் ஒரு சிறுகதை என்று ஆரம்பிக்கப்பட்ட நிகழ்ச்சி சுஜாதாவின் கதைநேரமாக மாறியது. தமிழ் நாட்டில் வேறு நல்ல சிறுகதை எழுத்தாளர்களே இல்லை என்கிற மாதிரி ஒவ்வொரு வராமும் சுஜாதாவின் கதைகளே படமாக்கப்பட்டு ஒளிபரப்பாகியது.

பாலூமகேந்திராவும், சுஜாதாவும் நெருங்கிய நண்பர்கள்!

பாலுமகேந்திரா சுஜாதாவை 'ரங்கா' என்று தான் கூப்பிடுவார். சுஜாதாவின் இயற்பெயர் ரங்கராஜன்.

இந்த மீடியா ட்ரீம்ஸ் நிறுவனத்தில் பத்து மாதங்கள் மாதச் சம்பளத்தில் நான் வேலை செய்தேன்.

இந்த நிறுவனத்தில் பணிபுரிந்த அத்தனை பேருக்கும் சினிமாத் தயாரிப்பு என்ற விஷயங்கள் எதுவுமே தெரியாததால் எல்லோருக்கும் சம்பளமாக வாரி வழங்கிக் கொண்டிருந்தார்கள். ஆனால் எனக்கு மட்டும் அடிமாட்டு சம்பளத்தை ஏனோ அளித்தார்கள்.

Media Dreams தயாரித்த முதல் முழுநீளத் திரைப்படம் மகாகவி பாரதியாரின் வாழ்க்கைபற்றியது. இந்தப் படத்திற்கான நடிகர்களின் உடைகளை (Costumes) வாங்க ஆன செலவு ஏறக்குறைய இருபத்தி ஐந்த லட்சங்கள் என்று கணக்குக் காட்டியிருந்தார்கள்.

தன் வாழ்க்கை பூராவும் வறுமையில் வாடிய மகாகவி இடுப்பில் வேட்டியையும் மேலே கருப்புக் கோட்டையும் அணிந்த பரம ஏழைக் கவிஞன் அவன். அவனைச் சுற்றி இயங்கிய அத்தனை பேரும் அவனைப் போலவே இருந்தவர்கள்தான். பல கதாபாத்திரங்கள் பிராமணக் கதாபாத்திரங்கள். பஞ்சக் கட்சம் வேட்டி, மார்பில் அங்கவஸ்திரம் தான் அணிந்திருந்தார்கள். பாரதியாரின் மனைவி செல்லம்மாவோ ஒரே ஒரு புடவையைத் தான் கட்டிக் கொண்டிருந்தாள். எப்படி இந்தப் படத்திற்கு காஸ்ட்டியூம் செலவு இருபத்தி ஐந்து லட்சம் ரூபாயாகும்?.

ஒரு பரம ஏழைக் கவிஞனைப் பற்றி படமெடுக்கிறேன் என்று ஆரம்பித்து எடுத்தவர்கள் தங்கள் வசதிகளைப் பெருக்கிக் கொள்வது அந்த மகாகவியை அவமானப்படுத்திய குற்றமாகாதா?

இந்த மீடியா ட்ரீம்ஸ் தயாரித்த அத்தனைப் படங்களின் செலவுக்கான கணக்கை என்னிடம் மணிப்பிரசாத் என்கிற Finance Director என்பவரால் தரப்பட்டது.

இவர்கள் தயாரித்த எல்லாப் படங்களுமே தோல்விப் படங்கள். ஆனால் படத்தோடு சம்மந்தப்பட்ட அனைவருமே Media Dreams என்கிற நிறுவனத்தை மனசாட்சி என்பதேயில்லாமல் ஏமாற்றி பணம் பண்ணினார்கள்.

இதை நான் Finance டைரக்டரிடம் வெளிப்படையாகத் தெரிவித்த போது, அவருக்கு பெரிய அதிர்ச்சியைத் தந்தது. ‘இப்படியெல்லாம் ஏமாத்துவாங்களா சினிமாக்காரர்கள்’ என்று கேட்டார் என்னிடம். ‘விழித்துக் கொள்ளவில்லை யென்றால் எப்படியெல்லாமோ ஏமாற்றுவார்கள்’ என்று கூறினேன்.

தன் நிறுவனம் தயாரித்த எந்தப் படமும் முதலீட்டுத் தொகையைக் கூட பெற்றுத் தரவில்லை என்பதை பார்த்த இதன் சேர்மன் தன் நிறுவனத்தை ஒழுங்குபடுத்த எஸ். வி. ராஜா வைத்திய நாதனை MD CEO வாக நியமித்தார்.

ரிந்தியா - வாகை சந்திரசேகர்

Media Dreams நிறுவனத்தினர் பகல் கொள்ளை அடிப்பதை மன உளைச்சலுடன் பார்த்துக் கொண்டிருந்த என்னிடம் எனக்குத் தரப்பட்ட சம்பளம் குறித்து தன் வருத்தத்தைத் தெரிவித்தார்.

ஐந்து லட்சம் அல்லது ஆறு லட்சம் என்றுதான் என் படங்களின் பட்ஜெட் இருக்கிறது. இப்படி மிகக் குறைவான பட்ஜெட்டில் நான் இயக்கும் படங்களின் தயாரிப்பாளர்களுக்கு அவர்கள் செலவு செய்த பணம் திரும்பக் கிடைத்து விடுகிறது. மேலும் படங்கள் தேசிய அல்லது சர்வதேச அங்கீகாரத்தைப் பெற்று விடுகிறது.

கோடிக் கணக்கில் செலவு செய்து இந்த நிறுவனம் தயாரித்த எந்தப் படமும் ஓடவும் இல்லை, எந்த விருதையும் பெறவில்லை, பத்தாவது மாதம் இந்த நிறுவனம் என்னை பணி நீக்கம் செய்தது. இந்த நிறுவனம் தயாரித்த கடைசிப் படத்தின் பெயர் 'விசில்' இதை இயக்கியவர்கள் இரண்டு இயக்குனர்கள். ஆமாம் இந்த இரட்டையர்கள் தான் இந்த நிறுவனத்தை மூட விசில் (சங்கு) ஊதினார்கள்.

எஸ்.வி. சேகர் கிருஷ்ணா கிருஷ்ணா என்ற தலைப்பில் ஒரு திரைப்படத்தை இந்த நிறுவனத்திற்காகத் தயாரித்தார். அப்போது

இவர் தம்பி எஸ்.வி. ராஜா வைத்தியநாதன் MD CEOவாக பதவியில் இருந்தார்.

ஒய்.ஜி. மகேந்திரா ராஜாவைத்திய நாதனுக்கு ஃபோன் பண்ணி “கிருஷ்ணா கிருஷ்ணா தயாரிக்கிறீர்களே... எனக்குப் படம் இயக்க ஒரு சான்ஸ் தாங்களேன். நானும் கோவிந்தா... கோவிந்தான்னு ஒரு படம் எடுத்துத் தரேன்” என்று ஜோக் அடித்தாராம்.

எஸ்.வி. ராஜா வைத்திய நாதனால் தயாரிக்கபட்டு என்னால் இயக்கப்பட்ட படம் தான் நண்பா நண்பா! வாகை சந்திரசேகர், சார்லி, ரிந்தியா, ஸ்வேதா (ஏற்கனவே இந்த குழந்தை நட்சத்திரம் ஜானகி விஸ்வநாதன் இயக்கிய ‘குட்டி’ படத்தில் நடித்து தேசிய விருது பெற்றிருந்தாள்), பாலாசிங் மற்றும் பாரதிமணி என்பவர்கள் இந்தப் படத்தில் நடித்தார்கள்.

பாரதி என்கிற படத்தில் நடித்ததற்காக மணி என்கிற தன் பெயருக்கு முன்னால் பாரதியை இணைத்துக் கொண்டு பாரதிமணியானார் இவர்.

நண்பா நண்பா தேசிய விருதுக்கு அனுப்பட்டது. அப்போது மத்தியில் பி.ஜே. பியின் ஆட்சி நடந்து கொண்டிருந்தது.

நண்பா நண்பா படம் இரண்டு கிருஸ்தவ அனாதைகளைப் பற்றிய மிக உருக்கமான திரைப்படம், படத்தை ப்ரிவ்யூவில் பார்த்த விட்டல் நாராயணன் என்பவர் கிருஸ்தவர்களைப் பற்றி படம் எடுத்தால் எப்படி இதற்கு தேசிய விருதை அளிப்பார்கள் என்றார்.

நண்பா நண்பா படத்திற்கு அந்த ஆண்டு தேசிய விருது கிடைக்கவில்லை!. ஆனால் மிகசிறப்பாக நடித்த சந்திரசேகருக்கு நடிப்பிற்கான தேசிய விருது கிடைத்தது.

என் கடுமையான உழைப்பிற்கும் என் சுத்தமான தமிழ் உச்சரிப்புக்கும் கிடைத்த தேசிய விருது என்று எல்லா ஊடகங்களிலும் தலையில் தொப்பி அணிந்தபடி பேட்டி கொடுத்துக் கொண்டிருந்தார் நடிகர் சந்திரசேகர். படத்தின் இயக்குனரான என் பெயரை தப்பித் தவறிக் கூட சொல்லவில்லை. இதைப் பார்த்த என் நண்பர்கள் கொதித்துப் போனார்கள்.

“நன்றி கெட்டவன்” என்று கூறினார்கள், என்னால் திரை உலகுக்கு அறிமுகப்படுத்தப் பட்ட இரண்டு பேர்கள் டெல்லி

கணேஷ் மற்றும் தலைவாசல் விஜய். இவர்கள் கூடத்தான் இன்று வரை தங்களை சினிமாவில் அறிமுகப்படுத்தியது, 'ஜெயபாரதி' தான் என்று எங்கேயும் கூறுவதில்லை, 'குடிசை' படத்தில் முதன் முறையாக என்னால் அறிமுகப்படுத்தப்பட்ட கமலா காமேஷ் தான் நன்றி உணர்வோடு கூறுகிறார் என்பது உண்மை!

நான் இயக்கிய படங்களிலேயே நண்பா... நண்பா திரைப்படம் தான் எந்த விதமான பிரச்சனைகளும் இடையில் ஏறபடாமல் முடிந்தது. இதன் பெருமை தயாரிப்பாளர் எஸ்.வி. ராஜாவைத்திய நாதனைச் சேரும்.

தயாரிப்புச் செலவிற்கு மேலாக மேலும் செலவு செய்து சென்னை மவுன்ட்ரோடில் இருந்த லிட்டில் ஆனந்த் தியேட்டரில் நிறைய விளம்பரங்கள் செய்து 'நண்பா நண்பா'வை ரிலீஸ் செய்து பார்த்தார் ராஜா வைத்தியநாதன். தியேட்டரில் பத்து பேருக்கு மேல் கூட ரசிகர்கள் இல்லை.

'நல்ல படம் எடுத்தால் நிச்சயம் நாங்கள் பார்ப்போம், ஆதரிப்போம்' என தமிழ்த் திரைப்பட ரசிகர்கள் ஏதாவது டி.வி. நிகழ்ச்சியில் கூறுவதை நான் பார்த்திருக்கிறேன். அவர்கள் சொல்வதெல்லாம் வெறும் சும்மா.

தமிழ்த் திரைப்படங்களின் ரசிகர்கள் எப்போதுமே தமிழ் திரைப் படங்களின் ரசிகர்கள் தான். அவர்களை எல்லோருமாகச் சேர்ந்து மூளைச்சலவை செய்து விட்டார்கள். இங்கே நல்ல படங்களை பற்றிய பிரக்ஞை கிடையாது. காரணம், எப்போதாவது அத்திப் பூத்தாற் போல் ஒரு நல்ல திரைப்படம் வரும். அது வந்த சுவடு உடனே மறைந்து விடும். திரைப்படங்களை எடுக்க கோடி கணக்கில் பணத்தை செலவு செய்து எடுக்கிறார்கள் இந்த மாதிரியான படங்களால் யாருக்கு லாபம் என்றால் அதில் நடித்த ஹீரோக்களுக்கு மட்டும்தான். அவர்கள் தானே CROWD PULLERS!

நான் மீடியா ட்ரீம்ஸ் நிறுவனத்தில் பணியில் இருந்த போது எனக்கு ஒரு ஃபோன் வந்தது.

ஃபோனில் என்னிடம் பேசியவர் பிரபல் பெண் எழுத்தாளர் இந்துமதி, இவர் என் குடும்ப நண்பரும்கூட. என்னை அன்னியோன்யமாக "ஜெய்... நீ... வா... போ..." என்று தான் அழைப்பார்.

"போன வாரம் நான் ரயிலில் Travel பண்ணும் போது என் எதிரே தமிழ்நாடு காங்கிரஸ் கமிட்டியில் இருக்கிற ஈ.வி.கே. எஸ் இளங்கோவன் Travel பண்ணினார். என்னை அவர் அடையாளம் கண்டு கொண்டு மேடம் நீங்க எழுத்தாளர் இந்துமதி தானேன்னு கேட்டார். நான் ஆமான்னு சொன்னேன்".

"மேடம் நான் ராமகிருஷ்ணா ஸ்கூல்ல படிக்கும்போது என் வகுப்பில் என்னோட படிச்சவன் பேரு ஜெயராமன். இவனோட அப்பா அம்மா ரெண்டு பேருமே ரொம்ப பிரபலமான தமிழ் எழுத்தாளர்கள். அவங்க பேர் சரோஜா ராமமூர்த்தி, து. ராமமூர்த்தி...! இப்போ இந்த ஜெயராமன் எங்கேயிருக்கான், என்ன பண்ணிக்கிட்டு இருக்கான்னுத் தெரியலே மேடம்" என்று ஈ.வி.கே. எஸ். இளங்கோவன் கூறினாராம் இந்துமதியிடம்.

"நீங்க சொல்ற அந்த ஜெயராமன் தான் சினிமா டைரக்டர் ஜெயபாரதி. இவன் தான் எழுத்தாளர் தம்பதிகள் சரோஜா ராமமூர்த்தி, து.ராமமூர்த்தியோட பிள்ளை. ஜெயபாரதியும் ஒரு எழுத்தாளன் தான்! எனக்கு இவன் Friend."

இந்துமதி இளங்கோவனிடம் கூற, உடனே அவன் மூன்று தொலைபேசி எண்களை ஒரு துண்டுக் காகிதத்தில் எழுதிக் கொடுத்துவிட்டு "நீங்கச் சென்னைக்குத் திரும்பிப் போன உடனே மறக்காம இந்த டெலிபோன் நம்பர்களை ஜெயராமனுக்கு Sorry ஜெயபாரதிக்குக் கொடுத்து எனக்கு போன் பண்ணச் சொல்லுங்க மேடம்!" என்றார். நான் தொலைபேசி மூலமாக என் வகுப்புத் தோழன் ஈ.வி.கே.எஸ். இளங்கோவனுடன் பேசினேன்.

ஈ.வி.கே. எஸ் இளங்கோவன்

"வாடா ஜெயராமா... கட்சி ஆபிஸ்லேதான் இருக்கேன்" என்றான். காங்கிரஸ் கட்சி அலுவலகத்தில் ஒரே கூட்டம், எங்கே பார்த்தாலும் வெள்ளை வேட்டி வெள்ளை சட்டைதான்! அரசியல் வாதிகளின் சீருடை (யூனிஃபார்ம்) இதுவல்லவா! இளங்கோ வனும் அதே உடையில்தான் இருந்தான்.

என் கையைப் பற்றி தர தர வென்று மறைவான ஒரு இடத்திற்கு அழைத்துப் போனான்.

இரண்டு சிகரெட்டுகளை எடுத்து அதில் ஒன்றை என்னிடம் நீட்டி 'மச்சான்... நீ தம் அடிப்பே இல்லே... அதான் சினிமாவில் இருக்கியே' என்று கூறிவிட்டு, தன் சிகரெட்டைப் பற்ற வைத்துக்கொண்டான். நானும் அவன் தந்த சிகரெட்டைப் பற்ற வைத்துக் கொண்டேன்! அதன் சுவை அலாதியாக இருந்தது. காரணம் என் நெருங்கிய பள்ளித் தோழன் கொடுத்த சிகரெட் அல்லவா அது!

ஜெயபாரதி

ஒரு முறை நடிகர் பார்த்திபன் என்னிடம் 'எப்படி குறைந்த பட்ஜெட்டில் உங்களால் ஒரு திரைப்படத்தை முடிக்கமுடிகிறது?' என்று கேட்டார். அதன் ரகசியம் என்ன என்று சொல்லமாட்டேன்... மிக குறைந்த பட்ஜெட்டில் ஒரு படத்தை செய்து காட்டுகிறேன்... அப்போது நீங்கள் தெரிந்துகொள்ளலாம், "நான் சொல்லும் பட்ஜெட்டில் நீங்கள் தயாரியுங்கள், நான் இயக்குகிறேன்" என்று கூறிப்பார்த்தேன்.

அப்போதாவது மனுஷன் ஒரு வாய்ப்பு அளிப்பாரா என்று பார்த்தால் இன்று வரை மூச்சைக் கூட விடவில்லையே!

என்னைப் போன்று மாற்று சினிமாவை இயக்க விரும்புகிறவர்களுக்கு NFDC தான் புகலிடம்.

ஃபிலிம் பைனான்ஸ் கார்ப்ரேஷன் என்கிற அமைப்பு மத்திய தகவல் மற்றும் ஒளிபரப்பு அமைச்சகத்திடமிருந்து ஆண்டு தோறும் நிதியைப் பெற்று மிகத் தரமான இந்திய மொழிகளில் இயக்கப்படும் திரைப்படங்களுக்கு முழுவதுமாக நிதி உதவி அளித்து வருகிறது. இதுவரை தமிழில் தாகம், திக்கற்ற பார்வதி, மறுபக்கம், கருவேலம் பூக்கள் ஆகிய நான்கு படங்களுக்கு மட்டும் நிதி உதவி அளித்திருக்கிறது.

ஆனால் ஏனைய மொழிப்படங்களான மலையாளம், கன்னடம், பெங்காலி, மற்றும் இந்திப் படங்களுக்கு அதிக அளவில் நிதி உதவி செய்திருக்கிறது.

திரைப்படத்தை இயக்க வேண்டும் என்ற எண்ணம் ஏற்பட்ட தும் நான் நிதி உதவிக்காக அணுகியது இந்த அமைப்பைதான். ஆனால் இரண்டாண்டுகள் என்னை சிபாரிசுக்காக அலைய விட்டதோடு சரி, இந்த அமைப்பு ராஜாஜியை கௌரவப் படுத்தும் எண்ணத்தில், 'திக்கற்ற பார்வதி'யின் படத்திற்கு நிதி உதவி அளித்து என் விண்ணப்பத்தை நிராகரித்தது.

இதே ஃபிலிம் பைனான்ஸ் கார்ப்பரேஷன் தன் பெயரை (பெயரை மட்டும் தான் மாற்றிக் கொண்டதே தவிர தன் செயல்பாடுகளை அப்படியே பழைய பெயரிலிருந்து உள்வாங்கிக் கொண்டிருந்தது) மாற்றி NATIONAL FILM DEVELOMENT CORPORATION என்ற பெயரில் பம்பாயில் தலைமை செயலகம், மற்ற பெரு நகரங்களில் அதன் கிளைகளைத் துவங்கி இயங்க ஆரம்பித்தது.

இது முற்றிலும் மத்திய அரசு நிறுவனம் இல்லை. இது ஒரு QUASI GOVERNMENT நிறுவனம்.

தன் பழைய தோலை உரித்து விட்டு புதுத் தோலுடன் இருப்பதால் (பசுத்தோல் போர்த்திய புலி!) மீண்டும் படத்தை இயக்க விண்ணப்பிக்க ஆரம்பித்தேன். விண்ணப்பங்களுடன் வந்திருந்த திரைக்கதைகளை பரிசீலனை செய்து ஒப்புதல் அளிக்க இங்கே ஒரு தேர்வுக்குழு ஒன்றையும் அமைத்திருந்தது.

என் திரைக்கதையை குழுவில் இருந்த எழுத்தாளர் ஜெயகாந்தனுக்கு அனுப்பப் பட்டது! அவர் திரைக்கதையின் முகப்பில் என் பெயரைப் பார்த்ததும் படிக்காமலேயே ஒப்புதல் அளித்து அனுப்பியிருந்தார்!.

"படிக்காமலே எப்படி ஒப்புதல் அளித்தீர்கள்?" என்று ஜெயகாந்தனைச் சந்தித்தபோது கேட்டேன்.

"இங்கே வேற எவன் நல்ல படம் எடுக்கிறான்?... அதான் படிக்காமலே உன் திரைக்கதையை APPROVE செய்து அனுப்பினேன்!"...

நான் அவருக்கு என்ன சொல்வது?

"ஜெயபாரதி... நான் மட்டும் அப்ரூவ் செய்தால் போதாது. பம்பாயில் NFDC-யில் உள்ளவரை நீ சரிக்கட்டினால் தான் LOAN கிடைக்கும், அதுக்கு என்னக் செய்யப் போறே?" என்று சிரித்துக் கொண்டே கேட்டார்.

நான் சிபாரிசுக்காக மறுபடியும் முயன்றேன்.

உயர்திரு வை. கோபால்சாமி (வை.கோ) அவர்களை, அவர் கட்சி அலுவலகத்தில் சந்தித்து உதவுமாறு கேட்டுக் கொண்டேன்.

கலைப்புலி தாணு, வை.கோ அவர்களிடம் தொலைபேசி மூலம் பேசினார்.

"நம்ம தமிழ்ப் பட இயக்குனர்களை இந்த NFDC துச்சமாகக் கருதி யாருக்கும் நிதி உதவி அளிப்பதில்லை. நான் ஜெயபாரதியிடம் உங்களைப் பார்க்கச் சொல்கிறேன்... அவருக்கு NFDC யிலிருந்து நிதி உதவி கிடைக்க உதவுங்கள்" என்றார்.

வை.கோ அவர்கள் என்னிடமிருந்து விண்ணப்ப விவரங்களை

பெற்றுக் கொண்டு 'டெல்லி போனதும் ஆவன செய்கிறேன்' என்றார்.

ஆமாம், அரசியல்வாதிகள் மீனம்பாக்கம் ஏர்போர்ட் போனவுடன் மறந்து விடுவார்கள் என்று நினைத்துக் கொண்டேன்.

ஆனால் வை.கோ அவர்கள் டெல்லி சென்றதும் மத்திய ஒளிபரப்பு அமைச்சர் திருமதி. சுஷ்மா சுவராஜ், அருண் ஜெட்லி ஆகியவர்களைத் தொடர்பு கொண்டு பேசி, எனக்கு உதவும்படி கடிதம்மூலமாகவும், தொலைபேசி மூலமாகவும் கேட்டுக் கொண்டார். வை.கோ அவர்கள் அமைச்சர்களுக்குத் தான் எழுதிய கடிதங்களின் நகல்களை டெல்லியிருந்து எனக்கு அனுப்பியி ருந்தார். ஆனால் NFDC என் விண்ணப்பத்தை நிராகரித்தது!

NFDC அனுப்பிய கடிதத்தில் "Your Application has been rejected by our Technical Committee' என்று இருந்தது.

ஒரு திரைக்கதையைப் படமாக்கும் போது தான் டெக்னிக்கல் சமாச்சாரங்கள் வருகின்றன.

"நீ ஜனாதிபதி, பிரதம மந்திரி ஆகியோர் சிபாரிசுடன் வந்தாலும்... எங்கள் உள்ளங்கையைக் கொஞ்சமாவது சொறிந்து விட்டால்தான் உனக்கு நாங்கள் நிதி அளிப்போம்" என்று சொல்லாமல் சொன்னதாக நான் நினைத்துக் கொண்டேன்.

மீண்டும் சில வருடங்கள் கழித்து எழுத்தாளர் அசோக மித்திரன் எழுதித் தந்த அவரது திரைக்கதையை NFDC-க்கு நிதி கேட்டு விண்ணப்பித்தேன். திரைக்கதைத் தேர்வுக் குழுவில் இருந்த இயக்குனர் பாரதிராஜா அதை நிராகரித்தார்.

"அசோகமித்திரன் மிகச் சிறந்த தமிழ் எழுத்தாளர் என்று எல்லோரும் சொல்கிறார்கள். அவர் எழுதிய திரைக்கதையை நான் படிக்கும் போது எனக்குள் எந்த தாக்கத்தையும் ஏற்படுத்த வில்லை!" என்றார் என்னிடம்.

மீண்டும் சில ஆண்டுகளுக்குப் பிறகு நண்பா... நண்பா... படத்தின் திரைக்கதையை நிதி உதவி பெற இதே NFDC-க்கு விண்ணப்பித்தேன். இரண்டு ஆண்டுகள் கழித்து மீண்டும் அதே பல்லவியைத்தான் NFDC தன் கடிதத்தில் பாடியிருந்தது.

நிராகரிக்கப்பட்ட நண்பா... நண்பா... திரைக்கதையை எஸ்.வி. ராஜா வைத்தியநாதன் தயாரிக்க என்னால் இயக்கப்பட்டு தேசிய விருதையும் பெற்றது!.

சமிபத்தில் NFDC-யில் பணிபுரிந்து ஓய்வு பெற்ற ஒரு அதிகாரியை நான் சந்திக்க நேரிட்டது. நான் கூறிய அனைத்தையும் கேட்ட அவர் "உங்களுக்கு எங்களை எப்படி அனுகவேண்டும் என்று தெரியவில்லையே" என்றார். மேலும் NFDC என்கிற இந்த ஊழல் மலிந்த அமைப்பின் கதவுகளை மத்திய அரசு கூடிய விரைவில் மூடவிருக்கிறது என்கிற மிக நல்ல செய்தியையும் தெரிவித்தார்.

இந்த அமைப்பின் கதவை மூடினால் என்ன! இந்த அமைப்பின் மூலம் பணம் பண்ணியவர்கள் சொந்த வீடுகள் கட்டிக் கொண்டு, அந்த வீடுகளின் கதவுகளைத்திறந்து கொண்டு, உள்ளே போய் வாசம் புரிந்து கொண்டு இருக்கிறார்கள்.

தமிழ் இலக்கியத்தில் சிறுகதைகள், நாவல்களை உருவகக் கதையாக சொல்லும் ஒரு உத்தி இருக்கிறது. இந்த உத்தியை எல்லா எழுத்தாளர்களாலும் அவ்வளவு எளிதாக கையாள முடிவதில்லை.

குருஷேத்திரம் படத்தில் ராஜேந்திரன்-சத்தியராஜ-ஜெயபாரதி

நான் எழுதி இயக்கிய குருஷேத்ரம் திரைப்படம் இந்த உருவக உத்தியில் திரைக்கதை எழுதி இயக்கப்பட்ட படம்.

இந்தப்படத்தில் சத்யராஜ், ரோஜா, நிழல்களை ரவி, தலைவாசல் விஜய் மற்றும் பாரதி மணி ஆகியோர் நடிக்க, ஐசக் தாமஸ் கொட்டுக்கா பள்ளி என்கிற இசையமைப்பாளர் இசையமைத்தார். இவர் பல முறை மலையாளப் படங்களில் இசை அமைத்ததற்காக தேசிய விருதைப் பெற்றவர், மிகச் சிறந்த எடிட்டரான சுரேஷ் அர்ஸ் படத்தொகுப்பை செய்தார்.

'நண்பா... நண்பா...' திரைப்படத்தைப் பார்த்த சத்யராஜ் 'உங்கள் இயக்கத்தில் ஒரு படத்தில் நடிக்க வேண்டும்' என்று தன் ஆவலை வெளிப்படுத்தினார் என்னிடம்.

நடிகர் ரஜனிகாந்த் அவர்கள் கூட என் இயக்கத்தில் நடிக்க ஒரு நாள் என்னை அணுகுவதாகக் கூறினார்.

செல்வம் என்ற என் உதவி இயக்குனர் என்னிடம் சொன்னது இதுதான்:-

"சார் உங்கள பலம் என்னவென்று உங்களுக்குத் தெரிய வில்லை. நீங்கள் ரஜனி சாரிடம் கால்ஷீட் மட்டும் கேட்டு வாங்கு ங்கள் உடனே படம் தயாரிக்க போதுமான பணம் உங்கள் மேஜை மீது கொண்டு வந்து கொட்டி விடுவார்கள்!"

என்னைப் பலமுறை கட்டாயப்படுத்தி (BRAIN WASH பண்ணியா?...) ரஜனி வீட்டுக்கு ஃபோன் பண்ணச் சொன்னார். நான் பேசியதும் ரஜனி உடனே போயஸ் கார்டனில் இருக்கும் அவர் வீட்டுக்கு வரச்சொன்னார்.

"யார் இந்த பையன்?" என்று என் உதவி இயக்குனரைக் காட்டிக் கேட்டார் ரஜனி.

அவன் யார் என்று சொன்னதும் அவனை வெளியில் போர்ட்டிகோவில் போய் அமரச் சொன்னார்.

ரஜனியின் மனைவி லதா அவர்கள் "நல்லாயிருக்கீங்களா?" என்று கேட்டுவிட்டு காபியைத் தந்தார்.

"சொல்லுங்க ஜெயபாரதி சார்?" என்று ரஜனி கேட்டார்.

மிகத் தயக்கத்துடன் "நீங்க கால்ஷீட் கொடுத்தால் எனக்கு பைனான்ஸ் கிடைச்சுடுமாம்! நான் உங்களை வச்சு (நண்பா... நண்பா... கதைக்காக) ஒரு படம் பண்ண முடியும்னு வெளியில் உக்காந்திருக்கிற என் உதவி இயக்குனா கட்டாயப்படுத்தி உங்களை சந்திக்கச் சொன்னார். அதான் வந்திருக்கேன்!" என்றேன்.

ரஜனி தன் ஸ்டைலில் சிரித்தார்.

அந்தப் பையன் சொன்னது உண்மைதான், நான் அரசியல் காரணத்துக்காக அவாா்டு படத்துல நடிக்கக் கூடாது. நானும் பெங்களூர் குப்பி ரண்ணா நாடகக்குழு நடத்திய நாடகங்கள்ல

நடிச்சிருக்கேன். எனக்கும் மிக நல்ல அர்த்தமுள்ள படங்கள்ள நடிக்கணுங்கற 'தாகம்' இருக்கு. இப்ப நான் செய்துகிட்டிருக்கிற எல்லா விஷயங்களும் ஒருநாள் சலித்துப்போகும்... அப்போ நான் உங்களை Condact பண்ணுவேன் இது உறுதி!"

நான் மௌனமாக அவரைப்பார்த்தேன். என் உதவி இயக்குனர் செல்வத்தை அழைத்து, ரஜனி அவனிடம் சொன்னது இதுதான்:-

"தம்பி... தேவையில்லாம ஜெயபாரதி சாரைத் தொந்தரவு பண்ணி இப்படி அலைய வைக்காதே... அவருக்கு எப்படி எப்போ படம் பண்ணணும்னு தெரியும்!"

ரஜனிகாந்த் சலித்துப் போகட்டும் என்று சொன்னது புகழ், பணம் என்ற இரண்டும் தான்.

ஒரு மனிதனுக்கு இவை சலித்துப் போகுமா? சலித்துப் போக இரண்டும் லாலா கடை அல்வாவும், ஜிலேபியுமா?

ஆனால் நடிகர் சத்யராஜ் என் இயக்கத்தில் நடிக்க ஆர்வத்தை வெளிப்படுத்தினார்.

குரு ராம்லி என்பவர் கே. பாக்யராஜ் படங்களில் நடிக்க சென்னைக்கு தன் அரசாங்க உத்தியோகத்தை உதறிவிட்டு வந்தவர். பாக்யராஜின் ஒரு படத்தில் மிக முக்கியமான கதாபாத்திரத்திலும் நடித்து விட்டார். படமும் வெற்றி பெற்றது. ஏனோ குருராம்லிக்கு தொடர்ந்து வாய்ப்புகள் வராமல் மிகவும் சிரமப்பட ஆரம்பித்தார். வேறு வழியில்லாமல் ஜாதகம் பார்த்து ஜோசியம் சொல்லும் தொழிலை செய்ய ஆரம்பித்தார், வருமானத்திற்காகதான்.

அவர் வீட்டில் அவருடன் நான் பேசிக் கொண்டிருந்தேன். அங்கே ஸ்ரீகாந்த் என்கிறவர் வந்தார்.

என்னை ஸ்ரீகாந்த், திரைப்படம் எடுக்க வேண்டும் என்ற எண்ணத்தில் உள்ள மூன்று நண்பர்களுக்கு அறிமுகப்படுத்த அவர்களும் குருட்ஷேத்திரம் படத்தை சத்யராஜை வைத்து எடுக்க முடிவு செய்தனர்.

உடனே தயாரிப்பு வேலைகளையும் ஆரம்பித்தனர். நான் திரைக்கதை வசனத்தை எழுத ஆரம்பித்தேன். பத்து நாட்கள்

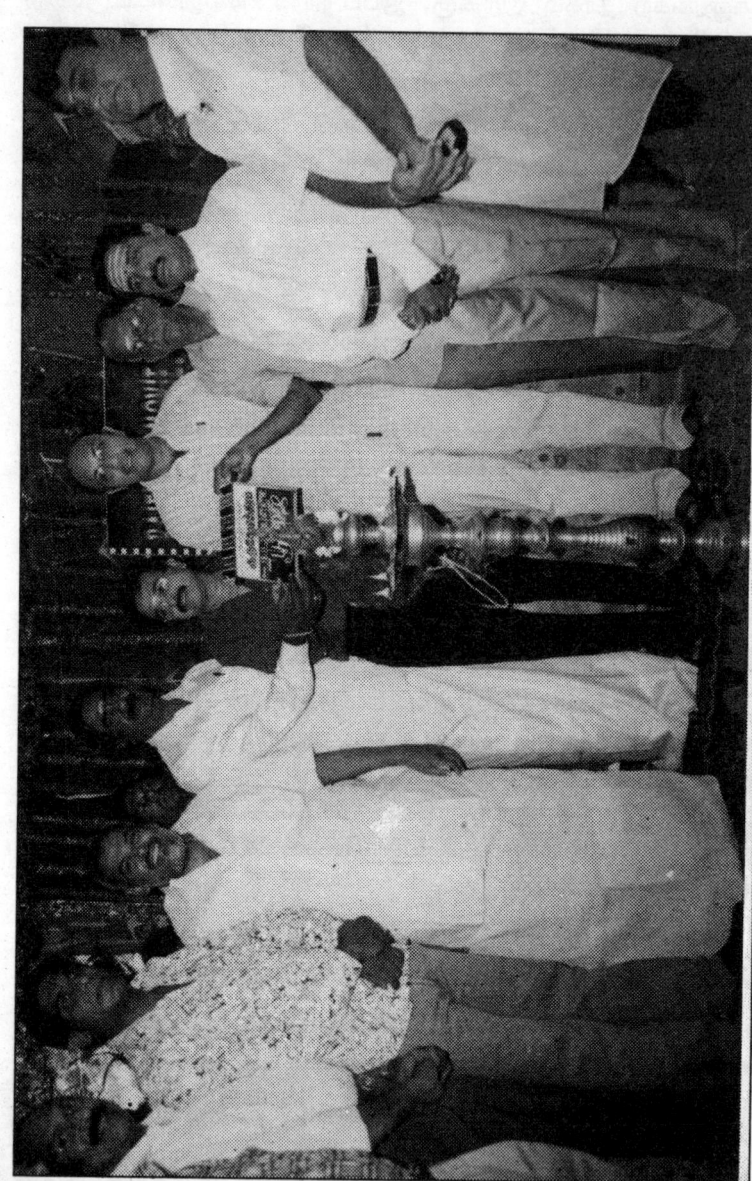

குருஷேத்ரம் பட பூஜையின் போது எடுத்த படம்

கழித்து அவர்களிடம் பணம் இல்லை என்பது தெரிய வந்தது.

சத்யராஜ் நடிக்கவிருப்பதால் வேறு ஒருவர் நான் படத்தை ஆரம்பித்து முடிக்கிறேன், என்று முன் வந்து செலவு செய்த பணத்தை அளித்துவிட்டு அவர்களிடமிருந்து குருட்ஷேத்திரம் தயாரிக்கும் உரிமையை Undertake செய்தனர்.

ஆனால் இரண்டாவதாக வந்தவரிடமும் படத்தை தயாரிக்க பணமேயில்லை என்பது தெரிந்தது.

இந்த செய்தி பெங்களூரு வரை எட்டியது.

பெங்களூரில் ராஜேந்திரன் என்பவர் சில கன்னடப் படங்களைத் தயாரித்து அதில் நடிக்கவும் செய்திருக்கிறார். கன்னட நடிகர்களுக்கே எப்போதும் தமிழ் படங்களில் நடித்து விட வேண்டும் என்ற எண்ணமும் ஆர்வமும் இருக்கிறது. சத்யராஜ் கதாநாயகனாகவும் தான் வில்லனாகவும் நடித்தால் நிச்சயம் தனக்குத் தொடர்ந்து தமிழ்த் திரைப்படங்களில் நடிக்க வாய்ப்பு வரும் என்ற எண்ணத்தோடு அவர் சென்னை வந்தார்.

பெங்களூரிலிருந்து ராஜேந்திரன் சத்யராஜ் நடிக்கப்போகும் குருட்ஷேத்திரம் திரைப்படத்தை தயாரிக்க வந்திருப்பதை அறிந்த இரண்டாமவர் என்னை ஃபோனில் மிரட்ட ஆரம்பித்தார்.

“உன்னை போட்டுத் தள்ளிடுவேன். உன் மூஞ்சில் ஆசிட்டை ஊத்திடுவேன். பூணூல் போட்ட நீ, தலித்தான எனக்கு படத்தை டைரக்ட் பண்ணித்தர மாட்டேன் என்கிறாய் என்று இந்த விஷயத்தை அரசியல் ஆக்குவேன்” என்று மிரட்டினார்.

ராஜேந்திரனிடம் என்னை மிரட்டும் விஷயத்தை சொன்னேன். அவர் ரொம்ப அமைதியாக கேட்டுவிட்டு என்னை மிரட்டுபவரை அழைத்து அவருக்கு பெரிய தொகை ஒன்றை கொடுத்து, நான் இனிமேல் யாரிடமும் ‘குருட்ஷேத்திரம்’ பட விஷயமாகப் பேசமாட்டேன். இயக்குனர் ‘ஜெயபாரதி’யிடம் நான் எக்காரணங்கள் கொண்டும் பேசமாட்டேன் என்று எழுதி வாங்கிக் கொண்டார்.

“குருட்ஷேத்திரம்” என்ற தலைப்பு வைத்தால் இப்படித்தான் அடி, உதை, மிரட்டல், எல்லாம் வரும் என்று என் நண்பர் ஒருவர் என்னிடம் சொன்னார்.

குருட்ஷேத்திரத்தின் படபிடிப்பு முதல் பத்து நாட்கள்

ஏற்காட்டில் நடந்தது. ஒரு நாள் காமிராமேன் கருப்பையாவும் அவருடைய உதவியாளர்களும் தங்கள் பணியைச் செய்து கொண்டிருந்தனர், சற்று தொலைவில் நடிகர் சத்யராஜும் நடிகை ரோஜாவும் அமர்ந்து ஏதோ பேசிக் கொண்டிருந்தார்கள். நானும் என் உதவி இயக்குனர்களுடன் காமிராமேன் அழைக்கட்டும் என்று காத்திருந்தோம். அப்போது அங்கே வந்த தயாரிப்பாளர் ராஜேந்திரனின் உறவுக்காரர் நாங்கள் வேலை செய்யாமல் பொழுதை ஓட்டிக் கொண்டிருக்கிறோம் என்று நினைத்துக் கத்தினார்.

"ஏண்டா தேவடியா பசங்களா...வேலை செய்யாம வெட்டியா நின்னு பொழுதைக் கழிக்கறீங்க?" என்று கோபமாகக் கத்தினார். நான் அதிர்ச்சியடைந்தேன். என் உதவி இயக்குனர் ஜெயராமன் கோபமாக என்னிடம் பேசினார்.

"என்ன சார் இது? முரட்டுக்கும்பலா இருக்கும் போல இருக்கே!"

"இன்னும் இரண்டு நாள் படப்பிடிப்புதான் இங்கே பாக்கியிருக்கு. அவர் சொன்னதைப் பெரிதாக எடுத்துக் கொள்ள வேண்டாம் நடித்துக் கொண்டிருப்பவர்கள் பெரிய நடிகர்கள். படப்பிடிப்பை நல்லபடியாக முடித்துக்கொண்டு பத்திரமாக சென்னைக்குப் போவோம்! சினிமா படப்பிடிப்பு பற்றிய எந்த விஷயமும் தெரியாதவர் பேசிய பேச்சு அது!"என்றேன்.

சென்னைக்கு நாங்கள் வந்தவுடன் அடுத்த கட்ட படப்பிடிப்புக்குத் தன்னால் வர இயலாது என்று ஜெயராமன் விலகிக் கொண்டார். நான் சரியான உதவி இயக்குனர் இல்லாமல் கொஞ்சம் சிரமப்பட்டேன்.

அதைப் பார்த்த சத்யராஜ், ஜெயராமன் ஏன் வருவதில்லை? என்று கேட்க, நான் ஏற்காட்டில் நடந்ததை சொன்னேன். சத்யராஜ் என் தோளின் மேல் ஆதங்கமாக கையை வைத்துச் சொன்ன வார்த்தைகள்: "ஏற்காட்டில் உங்களுக்கு நடந்த மாதிரி வேறு ஒரு இயக்குனருக்கு நடந்திருந்தால் அவர் அதைப் பெரிதுபடுத்தி இயக்குனர்கள் சங்கம் வரை விஷயத்தை எடுத்துக் கொண்டு போயிருப்பார்கள். ஆனால் நீங்களோ அதை அலட்சியப்படுத்தி விட்டு தொடர்ந்து படபிடிப்பில் உழைக்கிறீர்கள் அதுதான் முதிர்ச்சி என்பது."

"சத்யராஜ் சார்.. ஒரு விஷயம் உங்களுக்கு தெரியுமோ? நான்

இன்று வரை எந்த சங்கத்திலும் உறுப்பினர் இல்லை. நான் என்ன பெரிய பட்ஜெட்டில் படம் இயக்கும் இயக்குனரா என்ன? நான் நடத்தும் கல்யாணம் எல்லாம் வடபழனி முருகன் சன்னதியில் மாலை மாற்றிக்கொண்டு தாலி கட்டும் கல்யாணம் தானே?"

வாய் விட்டுச் சிரித்தார் சத்யராஜ்.

"ஜோக்கெல்லாம் அடிப்பீங்களா நீங்க?" என்று கேட்டார்.

"ஓ ! நிறைய... இல்லேன்னா மண்டை காஞ்சிடுமே!" என்றேன்.

குருட்க்ஷேத்திரத்தின் மொத்தப் படப்பிடிப்பும் ஒரு நாள் (அப்பாடி!) முடிந்தது. படப்பிடிப்பு முற்றிலும் முடிந்து இனி ஷூட்டிங் கிடையாது என்றால் படப்பிடிப்பு குழுவில் உள்ள அத்தனை பேரையும் அன்று நடித்த நடிகர்களுடன் நிற்கவைத்து பெரிய பூசணிக்காயால் சுற்றிப் போட்டு உடைத்து திருஷ்டி கழிப்பது திரை உலகின் சம்பிரதாயம்.

புரடக்ஷன் முத்து பெரிய பூசணிக்காயுடன் வந்து திருஷ்டி சுத்திப்போட எல்லோரையும் நிற்கச்சொன்னார். இதை கவனித்த தயாரிப்பாளர் ராஜேந்திரன், இன்னும் ஷூட்டிங் இருக்கிறது. அதனால் பூசணிக்காய் உடைக்க வேண்டாம் என்று தடுத்து விட்டார்.!

தயாரிப்பாளர் ராஜேந்திரன் வடிவேலுவை வைத்து காமெடி காட்சிகளை ஷூட் பண்ணி படத்தில் சேர்க்க வேண்டும் என்றார் என்னிடம். அப்போதுதான் தன்னால் படத்தை விற்கமுடியும் என்றார்.

"இதை ஆரம்பத்திலேயே சொல்லியிருந்தால் திரைக்கதை எழுதும் போதே நகைச்சுவைக் காட்சிகளையும் கதையில் ஒட்டுகிறமாதிரி எழுதியிருப்பேனே" என்றேன்.

பெரிய தொகையை வடிவேலுக்குத் தந்துவிட்டு அவரை ARS கார்டனில் வைத்து காமெடிக் காட்சிகளை இயக்கச் சொன்னார்.

நான் மறுக்கவில்லை. காரணம், ஏற்காட்டில் தயாரிப்பாளரின் மைத்துனர் உபயோகித்த வார்த்தைகள் என்னை நகைச்சுவைக் காட்சிகளை இயக்க சம்மதிக்க வைத்தது என்பதுதான் உண்மை.

வடிவேலு-ஜெயபாரதி-வெண்ணிறஆடைமூர்த்தி

வடிவேலுவும் அவர் குழுவும் ஒரு மரத்தடியில் நின்று தாங்களாகவே ஒரு நகைச்சுவைக் காட்சியை தயார் செய்து கொண்டார்கள். பிறகு வடிவேலு என்னிடம் வந்து "என்ன சார் ரெடியா? இப்ப நான் இதைப் பேசப்போறேன். காமிராவை எங்கே வைக்கணுமோ அங்கே வச்சு ஷூட் பண்ணுங்க!" என்பார்.

ஒரு காட்சிக்கான விஷயம் பேப்பரில் இல்லாமல் வெறும் வாய் வார்த்தையால் அவர் சொன்னதை உள்வாங்கிக்கொண்டு நான் காமிராக் கோணத்தை முடிவு பண்ணி கருப்பையாவிடம் சொல்ல, அவரும் காமிராவை அந்த இடத்தில் வைத்து ஷூட் பண்ணினார்!.

ஆரம்பத்தில் வடிவேலு என்னைக் கொஞ்சமும் பொருட்படுத்த வில்லை. அவருக்கு நான் யார் என்பதே தெரியவில்லை..

உணவு இடைவேளையில் அயிரைமீன் குழம்பை சாப்பிட்டுக் கொண்டிருந்த போது, தயாரிப்பாளர் ராஜேந்திரன் வடிவேலுவிடம் என்னைப் பற்றி கூற, உடனே அவர் அரை குறையாக சாப்பிட்டு விட்டு என்னிடம் வேகமாக வந்தார்.

"அண்ணே... நீங்கதான் ஜெயபாரதியா?"

"ஆமாம்"

“உங்க டைரக்‌ஷன்ல நடிச்சதனால்தான் சந்திரசேகருக்கு தேசிய விருது கிடைச்சுதா அண்ணே?”

“சந்திரசேகர் நல்ல நடிகர்.. யார் டைரக்‌ஷன்ல நடிச்சிருந்தாலும் அவருக்கு தேசிய விருது கிடைச்சிருக்கும்!” என்றேன்.

“போங்கண்ணே என்ன தன்னடக்கம்? ‘சந்திரசேகருக்கா தேசிய விருது’ ன்னு நாங்க பேசிக்கிட்டோம் அண்ணே! “அண்ணே கொஞ்சம் உங்க கையைக் கொடுங்க” என்று கூறிக்கொண்டே, என் வலது கரத்தைப் பற்றிக் கொண்டார் வடிவேலு. மூன்று நாட்கள் நகைச்சுவைக் காட்சியில் நடித்ததை நான் டைரக்ட் பண்ணினேன். மூன்று நாளும் அவர் என் கையைப் பிடித்தபடி (நடிக்கும் போது தவிர) இருந்தார். கடைசி நாள் கடைசி ஷாட் முடித்தவுடன் புறப்படத் தயாரானர். “ரொம்ப நன்றி சார். .உங்க ஒத்துழைப்புக்கு” என்றேன்...”

“போங்கண்ணே! நான் தான் நன்றி சொல்லணும், நான் சீரியாஸா ஒண்ணு கேட்டா நீங்க தப்பா எடுத்துக்க மாட்டீங்களே?”

“கேளுங்க”! என்றேன்.

“நிறைய படங்கள்ள நடிச்சாச்சு...நிறைய சம்பாதிச்சாச்சு... எனக்கும் ஒரு தேசிய விருதை வாங்கித் தாங்க அண்ணே!”

நான் புன்முறுவலோடு அவரை வழியனுப்பினேன்.

ஆமாம், நான் என்ன தேசிய விருதின் ஏஜன்டா இங்கே?

‘குருச்ஷேத்திரம்’ பெரிய விளம்பரத்துடன் தமிழ் நாடு முழுவதும் வெளியானது. பெரிய நடிகர்கள் காமெடி நடிகர் வடிவேலு ஆகியோர் நடித்திருந்ததால் எல்லா ஏரியாக்களையும் படத்தைப் பார்க்காமலே வினியோகஸ்தர்கள் விலை கொடுத்து வாங்கினார்கள்.

ஆனால் படம் ரசிகர்களுக்குப் புரியவில்லை. உருவகக் கதை மூலமாக இந்தியா பாக்கிஸ்தான் எல்லைப் பிரச்சினை, அந்த பிரச்சினையில் அமெரிக்காவின் பங்களிப்பு (INDO PAKISATAN BORDER DISPUTE and US STAND OFF) பற்றிய படம் அது. மேலும் வடிவேலுவின் சப்தமான காட்சிகள் திரைக்கதையின் ஓட்டத்தை நடு நடுவே சிதைத்து சின்னாபின்னப் படுத்திக் கொண்டிருந்தது.!.

ரசிகர்களின் ரியாக்ஷன் என்ன என்பதைப் பார்க்க, மூன்றாம் நாள் ஒரு தியேட்டரில் படம் பார்த்தேன். இடைவேளையின் போது இருவர் பேசிக் கொண்டார்கள் என் படத்தைப் பற்றி-

"இது அவார்டுக்காக எடுக்கப்பட்ட படம். படம் விற்கணும், அப்புறம் தியேட்டர்லே ஓடணுன்னு படத்தோட டைரக்டருக்குத் தெரியாம வடிவேலுவோட நகைச்சுவை காட்சிகளை விலைக்கு வாங்கி நடு நடுவே சேர்த்திருக்கிறார்கள்.!"

நம் சினிமா ரசிகர்கள் லேசுபட்டவர்கள் இல்லை. அவர்களை யாரும் ஏமாற்ற முடியாது. ஏமாற்றுவதாக நினைத்தால் அவர்களை தூக்கி எறிந்து விடுவார்கள்.!

குருச்ஷேத்திரம் படம் ரிலீஸ் ஆன அன்றே தயாரிப்பாளர் ராஜேந்திரன் பெங்களூர் சென்று விட்டார்.!

அவரைப் பற்றி சில வார்த்தைகள் -

மிக நல்ல மனிதர்-

மிகுந்த தெய்வபக்தி உடையவர்-

படத்தில் பணிபுரிந்த அத்தனை பேருக்கும் சம்பளத்தை ஒரு பைசா பாக்கியில்லாமல் தந்தவர்-

Yes, he is Very Honest! He is a Good Pay Master தமிழக அரசு ஆண்டுதோறும் தரமான மற்றும் சிக்கனமாக தயாரிக்கப்பட்ட தமிழ் படங்களுக்கு மான்யமாக ஒரு பெரிய தொகையை அளித்து ஊக்குவிக்கிறது. நான் இயக்கிய குருச்ஷேத்திரம் படத்திற்கும் மான்யத் தொகை அளிக்கப்பட்டது.

தயாரிப்பாளர் ராஜேந்திரன் நான் கேட்காமலேயே இரண்டாண்டுகளுக்குப் பிறகு மான்யத் தொகையில் ஒரு பங்கை என்னை அழைத்துத் தந்தார்!

குருஷேத்திரம் படம் முடியும் தறுவாயில் இருந்தபோது நடிகர் விவேக் எனக்கு ஃபோன் பண்ணினார்.

"உங்களை ஒரு முக்கியமான விஷயமாக நான் பார்க்கணும் சார்... கார் அனுப்பறேன், வரமுடியுமா?" என்றார்.

நான் விவேக்கை அவர் அலுவலகத்தில் சந்தித்தேன்.

“நிறைய படங்கள் நடிச்சாச்சு... I Want Different Platform? என்னை வச்சு ஒரு படம் டைரக்ட் பண்ண முடியுமா சார்?”

“நீங்கள் படத்தை தயாரித்தால் நான் டைரக்ட் பண்றேன்!” என்றேன் நான்.

“நான் படத்தை தயாரிச்சா வருமானவரி பிரச்சினை வரும்!”
“நான் சிலரிடம் அழைத்துப் போகிறேன். மிகவும் வசதியானவர்கள்... அவர்களைக் கேட்டுப் பார்க்கலாம்!” என்றார்

பார்க் ஷெரட்டன் ஹோட்டலில் ஒருவரை அறிமுகப் படுத்தினார் விவேக். காலையில் சென்னை, மதியம் லண்டன், இரவு ஜெர்மனி, என்று பறந்து கொண்டிருப்பவர் அவர். நம் தமிழ் நாட்டைச் சேர்ந்தவர். ஆயுதங்களை வாங்கி விற்பனை (ARMS DEALER) செய்து பெரிய அளவு சம்பாதிப்பவர் . விவேக்கின் பரம ரசிகர்.

“நாளை காலை நந்தனத்தில் இருக்கும் என் நண்பர் நீங்கள் கேட்ட தொகைக்கு ஒரே Payment - செக் அளிப்பார், வாங்கிக் கொள்ளுங்கள். All The best!” நடிகர் விவேக் மிகுந்த உற்சாகம் அடைந்தார்.

மறுநாள் காலை எத்தனை தரம் ஃபோன் பண்ணினாலும அந்த எண் “Not in Service” என்று சொல்லிக் கொண்டேயிருந்தது.

விவேக் நடிக்க மிகுந்த ஆர்வம் காட்டியதால் நான் அவருக்காக உருவாக்கிய திரைக்கதைதான் புத்ரன் படத்தின் கதை!

ஒரு நாள் டி.வி பார்த்துக் கொண்டிருந்தேன். நிகழ்ச்சியில் ஒய். ஜி. மகேந்திரா வின் மனைவியும், அவர்களின் மகள் மதுவந்தியும் பேசிக் கொண்டிருந்தார்கள்.

“என் கணவர் மகேந்திராவை வெறும் காமெடி நடிகர் என்று எல்லோரும் நினைக்கிறார்கள். உண்மையில் அவர் ஒரு நல்ல குணசித்திர நடிகர். ‘பரிட்சைக்கு நேரமாச்சு’ படத்திற்குப் பிறகு அவரை யாரும் இதுரை சரியாகப் பயன்படுத்திக் கொள்ள வில்லை!” என்று வருத்தத்துடன் கூறினார் மகேந்திராவின் மனைவி.

“மகேந்திரா... நான் ஜெயபாரதி பேசறேன்....”

“என்ன அடுத்தப்படம் பண்றியா? எப்போ ஷூட்டிங்... எனக்கு என்ன காரெக்டர்?” மிகுந்த ஆவலுடன் கேட்டார் மகேந்திரா.

என்னை எப்போது நேரில் பார்த்தாலும் "உனக்கு என்னை ஒரு நடிகனாவேத் தெரியலையா? யார் யாருக்கேல்லாமோ சான்ஸ் தரே!" என்பார்.

நானும் மகேந்திராவும் நீண்ட நாள் நண்பர்கள். மகேந்திராவின் தாயார் மீது எனக்கு அளவுக்கு அதிகமாகவே மரியாதை உண்டு. என் முதல் படம் குடிசைக்கு 'இந்து' பத்திரிகையில் பெரிய அளவு விமர்சனத்தை எழுதி அதில் வெகுவாக பாராட்டியும் "ராஷ்மி" என்கிற புனைப் பெயரில் எழுதியிருந்தார்கள்.

"மகேன் (மகேந்திராவை அப்படித்தான் அழைப்பார்கள்) என்கிட்டே 'புத்ரன்' ன்னு ஒரு நல்ல Script இருக்கு... ஆனா தயாரிப்பாளர்தான் இல்லே".... என்றேன். ஃபோனிலேயே கதையைக் கேட்டார்."

"ரொம்ப நல்லாயிருக்கு... இதை தயாரிக்க யார்கிட்டேயாவது பேசிப்பாக்கிறேன்!"

கலைப்புலி எஸ் . தாணுவிடம் அழைத்துப் போனார்.

"நான் தயாரிக்கிறேன், பத்து லட்சம் தரேன். படத்தை முடிச்சிடுங்க !" என்றார் தாணு.

நானும் மகேந்திராவும் மௌனமாக இருந்தோம்.

"சரி... பன்னிரண்டு லட்சம் தரேன்"

"தாணு சார்... பல லட்சங்களைப் போட்டுப் படமெடுக்கற தயாரிப்பாளர் நீங்கபோய் இப்படி...!" நான் பேசினேன்.

"சரி.... பதினைந்து லட்சம் தந்துடறேன் போதுமா ஜெயபாரதி... யோசிச்சு நாளைக்கு எனக்கு ஃபோன் பண்ணுங்க!" என்றார் கலைப்புலி எஸ். தாணு!

மகேந்திரா தன் வீட்டுக்குப் போனதும் பம்பாயில் உள்ள சுந்தரேசன் என்கிற தன் குடும்ப நண்பரிடம் இது பற்றி பேசியிருக்கிறார்.

சுந்தரேசன் அவர்களும் படம் எடுக்க அவ்வப்போது கொஞ்சம் கொஞ்சமாக பம்பாயிலிருந்து பணத்தை அனுப்புவதாகக் கூற, மகேந்திரா என்னிடம் "உனக்கு ஒகேயா? " என்று கேட்டார்.

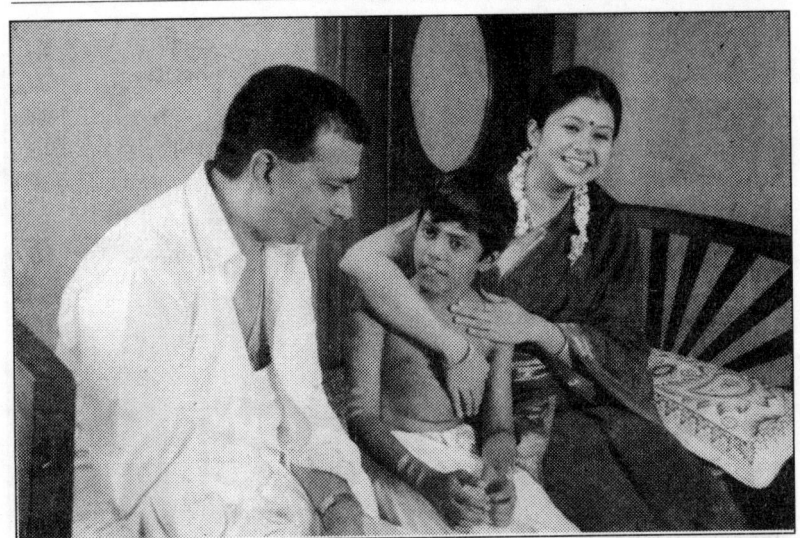

புத்ரன் படத்தில் ஒய்.ஜி.மகேந்திரன்-மாஸ்டர் வருண், சங்கீதா

ஒய்.ஜி. மகேந்திரா, நடிகை சங்கீதா நடிப்பில் 'புத்ரன்' படப்பிடிப்பு ஆரம்பமானது. மற்ற எல்லாக் கதாபாத்திரங்களுக்கும் புதிய முகங்களைத் தேர்வு செய்து நடிக்க வைத்தேன்.

தினசரி நாளேட்டில் 'புத்ரன்' படத்தின் விளம்பரத்தைப் பார்த்து விட்டு இறையன்பு ஐ.ஏ.எஸ். தன் நண்பர் கவிஞர் ரவி சுப்ரமணி யன் மூலமாக ஒரு பாட்டு எழுத தனக்கு ஒரு சந்தர்ப்பத்தை அளிக்குமாறு கேட்டார்.

வழக்கமாக நான் பாடல் காட்சிகளுக்கு என் படங்களில் அதிக முக்கியத்துவம் அளிப்பதில்லை. மேலும், புத்ரன் படத்தில் கண்டிப் பாக பாட்டு இடம் பெறக் கூடாது என்பதில் நான் உறுதியாக இருந்தேன்.

இறையன்பு அவர்களைப் பற்றி நிறைய கேள்விப் பட்டிருக் கிறேன். மிகவும் நேர்மையான IAS அதிகாரி, சிந்தனையாளர், எழுத்தாளர்.

ஆகவே அவரின் அன்பான வேண்டுகோளை என்னால் நிராகரிக்க முடியவில்லை.

இறையன்பு புத்ரன் படத்துக்காக ஒரு பாட்டை எழுதித்தந்தார்.

an appeal for
crowd-funding for
the release of a
Tamil movie
puthran

அவர் எழுதித் தந்த பாடலுக்கு இசையமைப்பாளர் தர்ஷன் (பல முறை தேசிய விருதுகள் பெற்ற இசையமைப்பாளர் ஐஸக் தாமஸ் கொட்டுக்காபள்ளியின் அஸோஸியேட் ஆவார்) இசையமைத்தார்.

மகாபலிபுரம் போகும் வழியில் உள்ள அழகிய திருவிடந்தை என்கிற கிராமத்தில் தொடர்ந்து புத்ரன் படப்பிடிப்பு நடந்தது. இந்தக் கிராமத்தில் உள்ள நித்ய கல்யாணப் பெருமாள் திருமணத் தடைகளை நீக்குவதாக ஒரு ஐதீகம் உண்டு. பம்பாய் சுந்தரேசன் அவர்கள் தடைகள் இன்றி பணத்தை படப்பிடிப்புக்காக அனுப்பிக் கொண்டிருந்தார்.

பன்னிரண்டு நாட்களில் புத்ரன் படப்பிடிப்பு முடிந்தது.

பம்பாய் சுந்தரேசனுக்கு ஃபோன் செய்து விஷயத்தைச் சொன்னேன்.அவர் என்னைப் பாராட்டிவிட்டு தானும் இனி பணம் அனுப்புவதை முடித்துக் கொண்டதாகவும் தெரிவித்தார். நான் காரணம் கேட்டேன்.

சென்னையில் டைரக்டர் ஒருவருக்கு எதுக்காக பணத்தை அனுப்பிக் கொண்டிருக்கிறீர்கள் என்று அவர் குடும்பத்தார் கடுமையாகக் கேட்டார்கள் என்றார். படப்பிடிப்பு தான் முடிந்ததே தவிர, Post Production பாக்கியிருக்கிறதே.

“உனக்கு யோகம். நீயே படத்தோட தயாரிப்பாளர் ஆயிடு” என்றார் மகேந்திரா என்னிடம்.

தான் முதன்முதலில் பாடல் எழுதியபடம் பாதியில் நிற்கிறதே என்று இறையன்பு திருப்பூரில் உள்ள தன் நண்பரிடம் சொல்லி மூன்று லட்சம் ரூபாயைப் பெற்றுத் தந்தார். மகேந்திரா தனக்குத் தெரிந்த ஒருவர் மூலமாக மூன்று லட்சம் பெற்றுத் தந்தார். என் மனைவியின் மொத்த நகைகளையும் நான் விற்றேன்.!

‘புத்ரன்’ படம் முழுமை பெற்று முடிந்தது. இப்படம் Child Labour And Child Abuse பற்றிய உணர்ச்சி பூர்வமான படம்.

Riview of Tamil film Puthran

In our country thereare laws with minute details to counter social injustices, but are hardly implemented properly. One such is child labour. In this film jayabharthi narrates a gripping tale about a young boy, only son to his parents. The film reflects effectively a lower middle class family in Tamilnadu and its concerns. Without being pedagogic, He handle this issue powerfully. It begins placidly, soon gathers momentum and quickly sweeps the audience into the tautly structured narrative as the helpless couple launch a search for their missing son... There is no dissolve or fade in and the story is told only through a series of cuts and this keeps up the story-telling tight. The element of suspense begins very early in the movie and is dept up well, without any slag. The time frame of the story is a mnonth or so and this addes to the tightness of the script.

It is axiomatic that more than what is said, how it is said is important. Much of the action takes place within the confines of a small house. The film thus is interior-oriented, Like his earlier film **Nanbaa...Nanbaa**. Or to cite an example from the west, Like **whose Life is it Anyway** (1981) in which much of the action takes place inside a hospital room. Care has beentaken through imaginative lighting, amera positions and camera movements that film watching experience here does not get claustrophobic. The interior action is broken by shots and there are lots of movements within the frame and. Scenes connected with Vinayaka chathurthi comes as a refreshing break from interior action. Similarly the montage shots of the metropolis bring in the urban ambience into which the story shifts later. The physical and environmental reality of present day Tamilnadu has been recreated effectively.

Attention has been paid to casting and the three main characters are portrayed admiralby by some intense acting. Sangeetha stands out by her searing portrayal of a grieved mother. For Y.G.Mahendra this is his career best performance. Tamil screen charactors have traditionally been stereotyped. A separate world of cinema characters had been created over the years... a world of pretentious values and stylized behaviour. The viewer would know what they would do and what broadly would be the final denouement of the story. In this film the director has adroitly side-stepped this make-believe world and has created credible characters.

The dialogue has been kept short and true to life. The director has not given into the remtation to push the story along by verbal narration. He touches upon the issue of paedophilia while showing the boys at work in the sweat shop. It is imaginatively understand and makes the point. The interaction of the couple with the Sanyasi has been picturised well. However, the song sequence sticks out like a sore thumb and comes as a tedious intrusion in an otherwise tight narration.

Slice of life

feature *Puthran*, which was well-received at the recent 9th Chennai International Film Festival, was a shot in the arm for its creator Jayabharathy. He is now working towards a theatre release of this poignant drama

He ushered in neorealism in Tamil cinema with *Kadisi*, way back in 1979. "He is the father of parallel films in this part of the country. Even this morning, at the CIFF (Chennai International Film Festival) forum we discussed his classic, *Kadisi* — a clear pointer to the fact that its films have an enduring shelf-life," said Subashini Manirathnam, as she introduced filmmaker Jayabharathy and his creation to the audience at the CIFF show of his *Puthran*, at the Film Chamber of Commerce Auditorium recently.

"I don't believe in the word 'art' as an adjunctive to films. Cinema is art any way," countered V.See. Mahendra. "A film can only be good or bad — *Puthran* is a good film," he said. He is the protagonist of *Puthran*, and when it was introduced to the audience, he quipped, "This is the first time I've been referred to as hero."

Puthran has pertinent themes of child abuse and child labour as its pivot. Darshan (Master Varun), a Class VI student, is the only child of his parents, Vasudevan (Mahendra) and Devaki (Sangeetha). It's a small, happy, middle-class family, and the chirpy, intelligent boy is the apple of their eye. But one day, Darshan goes missing and the couple is shattered.

Commendable performance, a taut, lean interesting narration and a plausible finale are *Puthran's* highpoints. The editing department could have worked better, though. *Puthran* reiterates the performing prowess of Mahendra and Sangeetha — the veteran are like the roles of T. R. Sangeetha's and shown to a T. R. Sangeetha's desperate outbursts touch a nerve. Mahendra's subdued and poignant portrayal of a sorrowful father is heart-rending. The characters make a perfect foil to each other. And as the frame freezes on the face of the young Varun, the sadness in the boys' eyes haunt you.

"I'm thankful that CIFF had selected *Puthran* for screening. But can you believe that in the past 32 years I've been able to make only seven films," asks a despondent Jayabharathy. "Yet I team up with him later, the shoot of the next one, to make odds instead of the main who despite odds instead on making meaningful cinema for decades, is amazing. He stands some among the sea of productions that prefer to remain commonplace and commercial.

"It was an article in a 2006 edition of the *Hindu* publication, *Frontline*, on child abuse in the slums of Dharavi, in Mumbai that inspired me to create *Puthran*," he says.

No mean achievement

Jayabharathy makes films are made on shoestring budgets, but they are purposeful exercises. That his maiden effort is being preserved at the National Film Archives in Pune is no mean achievement. His *Namba Nanba Chandrasekhar*, *Puthran* is now doing the rounds at London, Poland-Warsaw and Flyway (the US) film fests.

Marketing *Puthran* had been a struggle for Jayabharathy, till M. D. Venkatraman, Hon. Consul General in Luxembourg, recently stumbled upon the film in faraway Luxembourg. He was floored by the subject and treatment, and made Vicki Hassan, a visiting professor at the University there and a great follower of world cinema, watch *Puthran*. She was greatly impressed by the message of the film because India is one of the places where child abuse and labour are rampant. "The film has to reach the people," she said, and the trio has begun working towards it in right earnest. Mahendra has been trying to help me bring out the film and Subashini should soon join the bandwagon," smiles Jayabharathy.

Meanwhile, he has appealed to the Chief Minister of Tamil Nadu for assistance. "If the CM learns about *Puthran* I know she will encourage it as NFDC productions. *Amirdher Raasa* found success in a big way at the Government level. More than anything else, I want people to watch *Puthran* and realise that such social evils are a reality. You can't turn a blind eye to them."

Hopefully, the film should find its way to the cinemas soon. And if you are a person who plumps for a truly poignant drama without frills watch *Puthran*. It should make you more vigilant about the safety of your kids malathi rengarajan

'புத்ரன்' சென்னியில் விமரிசை மாறிப் பாராட்டு இதழில்

At the end the film brings poignantly into focus the randomness in our lives. I believe a filmmaker has to raise questions and disturb the audience. He/she may not be able to provide an answer but the first step is to raise the question. The film leaves the whole issue open ended. I think this makes greater impact than a clear feel-good ending.

By

S. THEODORE BSSKASRAN

தயாரிப்பாளர் மறைந்த ராமநாராயணனின் ஆலோசகர் கருமாரி கந்தசாமி என்பவர் புத்ரன் படத்தைப பார்த்தார். இவர் ஒரு படத்தைப் பார்த்தால் இப்படம் ஓடுமா, இல்லை ஓடாதா என்று மிகத் துல்லியமாக கணிக்கக் கூடியவர். இவர் ஒரு படத்தைப் பார்த்துவிட்டு இது ஓடும் என்று சான்றிதழ் வழங்கினால் தான் ராமநாராயணன் வாங்குவார்.

புத்ரன் படத்தைப் பார்த்த கருமாரி கந்தசாமி அவர்கள் என்னிடம் "ஜெயபாரதி... ஓடக்கூடிய படத்தை டைரக்ட் பண்ணிட்டியே! " என்றார்.

ஆனால் தமிழ் திரைப்பட உலகில் உள்ள அத்தனை வினியோகஸ்தர்களும் இப்படத்தை பார்க்கக் கூட விரவில்லை. அவர்கள் பிரபலமான ஹீரோ இப்படத்தில் இல்லை என்று கூறிவிட்டார்கள்.!

இந்த வினியோகஸ்தர்களால் புறக்கணிக்கப்பட்ட படங்கள் பதினாறு வயதினிலே, ஒரு தலை ராகம், மற்றும் சேது ஆகிய படங்கள்.

இந்த மூன்று படங்களும் தயாரிப்பாளர்களின் சொந்தச் செலவில் ரிலீஸ் செய்யப்பட்டு சரித்திரம் படைக்கப்பட்டன. கமர்ஷியல் சினிமாத் தயாரிப்பாளர்கள் எப்படி வியாபாரிகளோ அதைப்போல வினியோகஸ்தர்ளும் வியாபாரிகளே.

ஆனால் கமர்ஷியல் சினிமா உலகத்தை, கலை உலகம் என்று கூறிக் கொண்டிருப்பதுதான் வேடிக்கையான விஷயம்!

இங்கே எதற்காக (தமிழ் நாட்டில்) நான் 'மாற்று சினிமாவை' மட்டும் (Alternate Cinema) இயக்க ஆரம்பித்தேன்.?

சமுதாய மாற்றத்திற்கா?

அரசியல் மாற்றத்திற்கா?

ரசனை மாற்றத்திற்கா?

எந்தப் படைப்பாளியாக இருந்தாலும் அவனுக்கு இந்த சமுதாயத்தின்மீது ஒரு Commitment கொஞ்சமாவது இருக்க வேண்டும்!

'புத்ரன்' திரைப்படம் மக்களைச் சென்றடைய வேண்டும். குழந்தை கடத்தல், குழந்தைகளை பாலியல் பலாத்காரம் செய்தல் போன்ற சமூகக் குற்றங்களைப் பற்றிய விழிப்புணர்வை இப்படம் நிச்சயம் ஏற்படுத்தும் என்பது என் நம்பிக்கை.

முந்தைய ஆட்சியின் போது, அதாவது கலைஞர் கருணாநிதி அவர்கள் முதல்வராக இருந்தபோது, நடிகர் சத்யராஜ் நடித்த பெரியார் என்கிற படத்திற்கும், NFDC என்கிற நிதிநிறுவனத்திலிருந்து நிதிபெற்றுத் தயாரித்து மலையாள நடிகர் மம்முட்டி டாக்டர் அம்பேத்கராக நடித்த படத்திற்கும், மக்கள் இந்த இரண்டு படங்களையும் பார்க்கவேண்டும் என்ற சமூக அக்கறையுடன் தமிழக அரசின் சார்பில் தலா ஒரு கோடி ரூபாயை அளித்தார் கலைஞர் அவர்கள்.

இதைச் சுட்டிக்காட்டி, முதல்வர் செல்வி ஜெயலலிதா அவர்களுக்கு புத்ரன் படத்தை ரிலீஸ் செய்ய (மக்கள் பார்க்க) நிதிஉதவி கேட்டு, அவர் இல்லத்திற்கும் தலைமைச் செயலகத்திற்கும் கடிதங்களை அனுப்பினேன்.

நடிகர் ஒய். ஜி. மகேந்திராவின் தாயார் திருமதி ஒய்.ஜி. பார்த்த சாரதி அவர்கள் துக்ளக் ஆசிரியர் சோவிடம் இந்த விஷயத்தைக் கூறி முதல்வருக்கு சிபாரிசு செய்யுமாறு கேட்டுக் கொண்டார். சோவும் முதல்வருக்கு சிபாரிசும் (என்னிடம் சோ அப்படித்தான் கூறினார்!) செய்தார்.

இந்த முயற்சி ஒருபுறம் இருக்க-

1978- 79 ஆகிய ஆண்டுகளில் Group Funding முறையில் சென்னைக் கல்லூரி மாணவ மாணவிகளிடம் நன்கொடை வசூல் செய்து குடிசை படத்தை எடுத்தது போல, புத்ரன் படத்தை ரிலீஸ் செய்ய இதே கல்லூரி மாணவர்களிடம் நிதி உதவி கேட்கலாமே என்ற (அசட்டு) நம்பிக்கையோடு முயன்றேன்.

ஏறக்குறைய மூவாயிரம் விண்ணப்ப அட்டைகளைத் தயாரித்து தினம் இரண்டு கல்லூரிகள் வீதம் போக ஆரம்பித்தேன்.

எத்திராஜ் கல்லூரி பெண்கள் கிருத்துவக் கல்லூரி (W.C.C)

ஸ்டெல்லா மேரிஸ் கல்லூரி

புதுக்கல்லூரி (New College).

S.I.E.T பெண்கள் கல்லூரி

வைஷ்ணவா ஆண்கள் கல்லூரி

வைஷ்ணவா பெண்கள் கல்லூரி

ஜெயின் காலேஜ்

தாம்பரம் கிருத்துவக் கல்லூரி

லயோலா கல்லூரி

I.I.T. MADRAS

S.R.M. UNIVERSITY

தினமும் காலை ஒன்பது மணிக்கு என் மனைவி டப்பாவில் நிரப்பித் தரும் மதிய உணவை எடுத்துக் கொண்டு கல்லூரிகளுக்குச் சென்றேன்.

என்னுடைய காரை கல்லூரியின் முகப்பிலேயே விடும்படி (செக்யூரிட்டி) ஒருவர் சொல்லுவார்.

அந்த இடத்திலிருந்து நான் கல்லூரி முதல்வரின் அனுமதியைப் பெறப் போகவேண்டும்.

அதோ.... அதோ... ரொம்ப தூரத்துல தெரியறதே... அந்தக் கட்டிடத்தின் மூணாவது தளத்தில் தான் முதல்வரின் அறை...." என்பர் ஒருவர்

கல்லூரி முதல்வரின் அனுமதி பெற்று வகுப்புக்குள் சென்று, கொண்டு வந்திருக்கும் அட்டைகளை மாணவர்களுக்கு வினியோகித்து விட்டு, என் அன்பான மாணவ மணிகளே..." என்று ஆங்கிலத்தில்....

மதியம் வேறு ஒரு கல்லூரிக்குச் சென்று என் காருக்குள்ளே அமர்ந்து டப்பாவில் இருக்கிற சோற்றைத் தின்றுவிட்டு இரண்டு

மடக்கு தண்ணீர் குடித்துவிட்டு-

“என் அன்பார்ந்த மாணவக் கண்மணிகளே....”

எந்தக் கல்லூரியிலும், எந்த மாணவனும், மாணவியும் ஒரு ஐந்து ரூபாய் கூட நன்கொடை தரவில்லை!

என் காரை ஓட்டிவர Call Driver முத்து என்பவரை ஏற்பாடு செய்து கொண்டிருந்தேன். நான் தினமும் ஒவ்வெரு கல்லூரியாகப் போய் வருவதைப் பார்த்த அவருக்கு ஒன்றும் புரியவில்லை ஒரு நாள் தயக்கத்துடன் கேட்டார்.

சார்... இந்த வயசுல தினம் தினம் காலேஜ், காலேஜ்ஜா போயிட்டு வர்றீங்களே... வேலை கேக்கப் போறிங்களா சார்.?

நல்லவேளை என்ன இந்த ஆள் தினம் பெண்கள் கல்லூரிக்குள்ளே போயிட்டு வரானே ... தனக்குப் பெண் கேக்கப் போயிட்டு வரானோ என்று கேட்கவில்லை.

முத்துவிடம் அச்சடித்த அந்த அட்டையைக் கொடுத்து படிக்கச் சொன்னேன்.

“என்ன சார் இது. ஒரு நல்ல படத்தை ரிலீஸ் பண்ண மாணவர்கள்கிட்டே அஞ்சு பத்து குடுன்னு என்ன சார் கொடுமை இது, ஏன் சார் உங்க பீல்டுல ஒருத்தன் கூடவா இல்லே.. உங்க படத்தை வாங்கி ரிலீஸ் பண்ண? கோடிக் கணக்குல செலவு செய்து உப்புமா மாதிரி படத்தை தயாரிக்கிறாங்க ஒரு படமும் நல்லா இல்லே உங்க படத்தோட பட்ஜெட் அவங்களுக்கு என்ன பெரிய தொகையா? ஒரே ஆள் நன்கொடையாக தரலாமே?”

“செய்ய மாட்டார்கள் முத்து... நேற்றும் செய்யவில்லை; இன்றும் செய்ய வில்லை; நாளையும் செய்ய மாட்டார்கள்!”

திரைப்படத் தயாரிப்பாளர்கள் அக்மார்க் முத்திரையிடப்பட்ட சூதாடிகள்! ஆம், எந்த குதிரை மீது பணம் கட்டினால் அள்ளலாம் என்பது தான் அவர்களின் லட்சியமே.. இந்த சூதாடிகள் நிறைந்த திரை உலகை கலை உலகம் என்று கூறிக்கொண்டிருக்கிறார்கள்!.

சார் அவர் செய்ய மாட்டாரா? சார் இவரைக் கேட்டுப் பார்த்தீங்களா?

சார் அவரைக் கேட்டுப் பார்க்கறதுதானே?

CITY

Director to crowd-fund his film's release

Veteran Jayabharathy's 'Puthran' has been languishing for want of distributors

Karthik Subramanian

CHENNAI: Not a single distributor in the State has so much as even given a second's look at the 2011 film 'Puthran' that deals with the sensitive issue of child abuse and child labour.

Braving the odds, veteran filmmaker and the film's director, Jayabharathy, who prides himself on being among the first flush of directors that launched an 'alternative cinema' movement in the late Tamil film industry in the late 1970s, now hopes to raise funds through crowd sourcing to release his film 'Puthran' (meaning son) in theatres.

"Crowd-sourcing the release of the film is nothing new for me," says the 63-year-old director. "I had raised funds through friends and college students, way back in 1979 for my film 'Kudisai' (hut). I remember selling do-

ALTERNATIVE CINEMA: *The 2011 film, starring veteran film and stage actor Y. Gee. Mahendra and actor Sangeetha in lead roles, deals with the sensitive issue of child abuse and child labour*

nation tickets and conducting programmes at government colleges, back then, to raise the Rs. 90,000 that was required to release the film."

with 'Puthran,' quite naturally, the targeted amount is a lot steeper. He says he requires at least Rs. 30 lakh just to pay the labs that developed the film. The film, starring veteran film and stage actor Y.Gee. Mahendra and actor Sangeetha in the lead, was screened at Chennai International Film Festival, 2012, and has already won rave reviews.

Starting first week of January, Mr. Jayabharathy hopes to go to city colleges to reach out to students and managements to fund the release. Any student or college that contributes over Rs. 1,000 will get a rolling credit.

Passion for cinema

'Puthran' is Mr. Jayabharathy's ninth feature film. Some of his acclaimed and award-winning works include 'Kudisai' (1979), 'Uchchi Veyil' (1991) and 'Nanba Nanba' (2002), which fetched Vagai Chandrasekar a National Award for Best Supporting Actor.

Film critic K. Hariharan, who was himself a part of the 'alternative movement' says the filmmaker's plight is not entirely difficult to understand. "The dynamics of getting a movie released these days are mind-boggling. For a film to have a reasonable opening and break even, it would have to release in at least 120 of the 500 available screens. The plight of Mr. Jayabharathy is also the plight of many other filmmakers," says Mr. Hariharan.

முத்து மளிகைக் கடை லிஸ்ட்போல் பலரின் பெயர்களை அடுக்கிக் கொண்டே போனார். நானும் ஒய்.ஜி. மகேந்திராவும் கேட்டோம்.

கலைப் புலி எஸ் . தாணு "படம் பார்க்க வருகிறேன் ... ஏற்பாடு செய்யுங்கள்!" என்றார்.

குறிப்பிட்ட நாளில் நாங்கள் இரண்டு பேரும் ப்ரிவ்யூ தியேட்டர் வாசலில் தாணுவுக்காகக் காத்திருப்போம் நானும் மகேந்திரவும்,

எங்க ஊர் மாரியம்மன் கோவில்லே கூழ் ஊத்த நான் பே-ாகணும்.... இன்னிக்கு படத்தைப் பார்க்க வரமுடியாது.

ஒங்க படத்தை பார்த்துடலாம்னு கார்லே வந்துகிட்ட இருந்தப்போ அசோக்

நகர்லே ஒருபையன் தன் சைக்கிளை என் கார்மேலே மோதிட்டான் .. ஆகவே .. வருவது சந்தேகம்!

ஆஸ்கர் ஃபிலிம்ஸ் அதிபர் கூறினார்.

"அப்பா சுரேஷ் நான் மிஸஸ் ஒய்.ஜி. பி. பேசறேன். மகேந்திரா நடிச்சிடுக்கற புத்ரன் படத்தை நான் பார்த்தேன் ரொம்ப நல்லாயிருக்குப்பா சின்ன பட்ஜெட் படம்தான் நீ இந்த படத்தை ரிலீஸ் பண்ணித்தாயேன்?"

கல்பாத்தி சுரேஷ் இவரின் பிள்ளை மகேந்திரா குடும்பம் நடத்தும் பள்ளியில் படிக்கும் மாணவன்!

நானும், மகேந்திராவும் புத்ரன் படத்தின் DVD யை ஒரு கவரில் வைத்து சீல் செய்து கல்பாத்தி சுரேஷிடம் நம்பிக்கையோடு அளித்தோம்.

ஏறக்குறைய நான்கு மாதங்கள் கழித்து புதரன் படத்தின் DVD யை கவர் கூட பிரிக்காமல் எங்களிடம் திருப்பித்தந்தார்.

இந்தத் தொகுப்பிற்குத் தலைப்பு "இங்கே எதற்காக?" என்று தலைப்பு வைப்பதற்குக் தூண்டுகோலாக இருந்தவர் கவிஞர். வைரமுத்து ஆவார்.

காவ்யா பதிப்பகம் என் இரண்டு திரைக்கதை வசனங்களை (இரண்டு பேர் வானத்தைப் பார்க்கிறார்கள் மற்றும் நண்பா... நண்பா...) புத்தகங்களாக வெளியிட்டது. இப்புத்தகங்களை "தாங்கள் ஒரு சிறிய விழா ஒன்றில் பங்கேற்று வெளியிட முடியுமா?" என்று கேட்பதற்கு வைரமுத்து அவர்களைச் சந்தித்தேன்.

அவசியம் வந்து புத்தகங்களை வெளியிடுகிறேன். ஆனால் இங்கே எகற்காக மாற்று சினிமாவைத் தொடர்ந்து இயக்கிக் கொண்டிருக்கிறீர்கள்? அதுவே மலையாளத்தில் நீங்கள் இயக்கினால் உங்களை கோபுரத்தின் உச்சியில் வைத்துக் கொண்டாடுவார்கள். இங்கே தமிழ்நாட்டில் இன்றுவரை யாரும் உங்களைக் கௌரவபடுத்தவில்லை.

கவிஞர் வைரமுத்து தொனியில் மிகுந்த வருத்தம் இருந்ததை நான் அன்று புரிந்து கொண்டேன்.

என் அம்மா ஒரு நாள் என் கையைப் பற்றிக்கொண்டு மிகுந்த வருத்தத்தோடு என்னிடம் கேட்டார்.

"ஏண்டா சரியான வருமானம் இல்லாம இப்படி கஷ்டப்படறே? எல்லார் மாதிரியும் காமா சோமான்னு படங்களை டைரக்ட் பண்ணி நாலு காசு சம்பாதிச்சு நிம்மதியா இருக்கக் கூடாதோ? இங்கே எதுக்காக வேற மாதிரி படங்களைப் பண்ணிக்கிட்டு இருக்கே?"

நான் பகவத்கீதையை ஆழ்ந்து படித்தவன் இல்லை! இருந்தாலும் எப்போதோ படித்தபோது பாஞ்சாலி கிருஷ்ணனிடம் கேட்டது நினைவிற்கு வந்தது.

"தீயவர்களின் (கௌரவர்களின்) மனங்களை மாற்றி இந்த மகாபாரதப் போரை நீங்கள் தவிர்த்திருக்கலாமே!"

ஒருவன் என்னவாக இருக்க வேண்டும் என்பதை அவன் மனமோ அல்லது ஜெயபாரதியின் புத்தகவெளியீட்டு விழாவில் வைரமுத்து

அவனின் அறிவோ தீர்மானிப்பதில்லை, அவனின் ஆன்மாதான் தீர்மானிக்கிறது. ஆன்மா முடிவு செய்ததை மாற்றும் சக்தி எனக்கில்லை பாஞ்சாலி!

என் அம்மா கேட்பதற்கும் கவிஞர் வைரமுத்து வருத்தப்பட்டதற்கும் கிருஷ்ணன் சொன்னதுதான் பதிலாகும்!

ப்ரியமுடன்
ஜெயபாரதி.

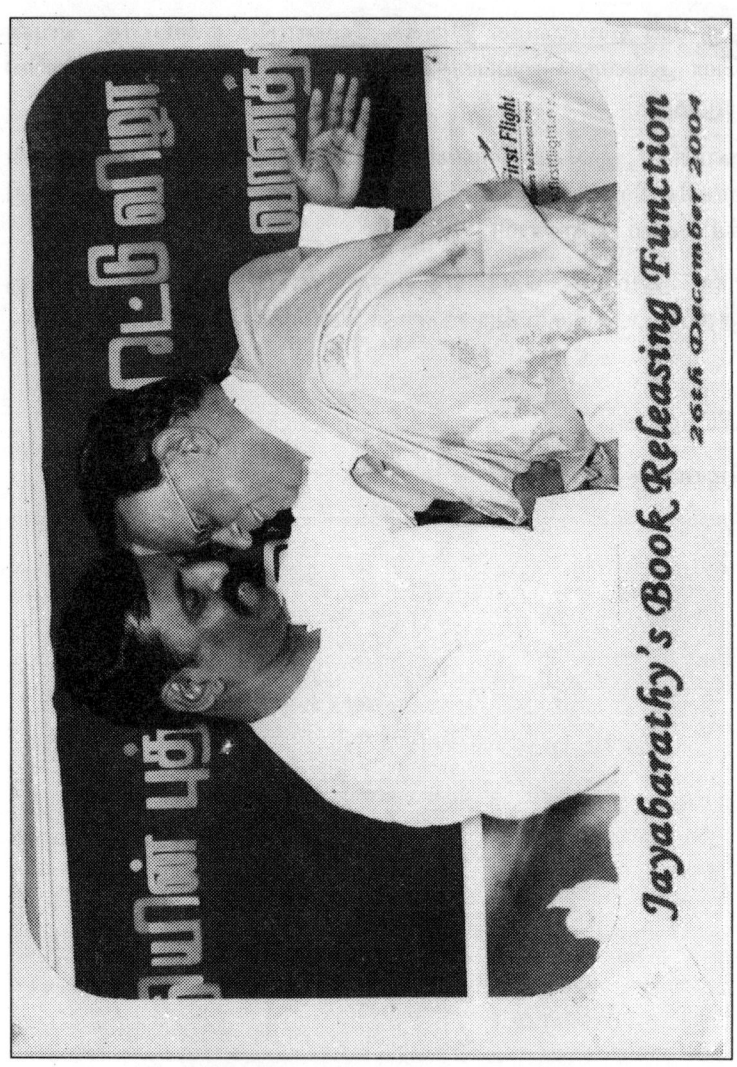

ஜெயபாரதியின் புத்தக வெளியீட்டு விழாவில் வைரமுத்து

இங்கே எதற்காக?

எனக்கு நானே பலமுறை கேட்டுக் கொண்டிருக்கிறேன். என் நண்பர் வட்டம் (FRIENDS CIRCLE) மிக மிகச் சிறியது.

ஆமாம், I AM AN INTORVERT! அதனால் மிகப் பெரிய ஜன சமுத்திரத்தில் கூட நான் மட்டும் தனியாளாக இருப்பதாக எண்ணுகிறேன். ஏறக்குறைய முப்பத்தி ஐந்து ஆண்டுகள் நடந்த நிகழ்ச்சிகளில் சிலவற்றை எனக்கு மிக நெருக்கமானவர்களிடம் கூறினேன்.

"பதிவு பண்ணுங்கள் சார்!" என்பார்கள். முடிந்தவரை மிக நேர்மையாக, பொய் கலப்பில்லாமல் பதிவு செய்து விட்டேன்.

நல்ல சினிமாவை ரசிக்க ஒருவனுக்கு பயிற்சி அவசியம் தேவை. அதனால் தான் திரைப்படக் கல்லூரிகளில் FILM APPRICIATION COURCE என்று பாடம் நடத்துகிறார்கள்.

இந்த விஷயம் எனக்குத் தெரிந்ததால்தான் 'அன்று' உலகத்தரம் வாய்ந்த வேற்றுமொழித் திரைப்படங்களை வரவழைத்து சென்னை தியேட்டர் ஒன்றில் திரையிட்டேன். அதேபோல் 'ஜ்வாலா என்ற பெயரில் நல்ல திரைப்படம் எடுக்க 'இங்கே' ஒரு விழிப்புணர்ச்சியை ஏற்படுத்த ஒரு சிறிய மலர் ஒன்றை வெளியிட்டேன்.

சாதாரண தபாலில், நம் நாட்டில் இருக்கும் நான் அறிந்தவர்களுக்கு 'சினிமா' பற்றி ஒரு கட்டுரையை எழுதி அனுப்பும்படி கேட்டுக் கொண்டேன்.

நான் அணுகிய 'யாரும்' என் கடிதத்தை உதாசீனப் படுத்தவில்லை என்பது மிக முக்கியமான விஷயம்.

நேரம் இருந்தவர்கள் கட்டுரைகளை உடனே தபாலில் அனுப்பி வைத்தார்கள்.

நேரம் இல்லாதவர்கள் 'என் முயற்சி'யை வாழ்த்தி கடிதம் அனுப்பினார்கள்.

கட்டுரைகளில் நம் சினிமாக்களின் (எல்லா மொழி சினிமாவும்தான்!) நிலைமை என்ன என்பதை முப்பத்தி ஐந்து ஆண்டுகளுக்கு முன்னரே ஜோதிடர்கள் போல் சொல்லி யிருக்கிறார்கள்!.

இந்தக் கட்டுரைகளை அதிகம் பேர் படிக்கவேண்டும் என்ற எண்ணத்தில் அப்படியே இங்கே பதிவு பண்ணுகிறேன்.

நான் கேட்டேன் என்பதால் மட்டும் கட்டுரைகளை அவர்கள் எழுதி அனுப்பவில்லை. நம் மக்கள் மீதும் நம் தேசத்தின் மீதும் அவர்களுக்கு இருக்கின்ற 'அக்கறையின் ' காரணமாகத்தான் அவர்கள் எழுதியிருக்கிறார்கள்.

இங்கே எதற்காக? புத்தகத்தின் என்னுரையாக கட்டுரைகளை (ஆங்கிலத்தில் இருந்தாலும்) உங்களுக்கு அளிக்கிறேன்.

ப்ரியமான

ஜெயபாரதி

jai.18may@gmail.com

JWALA
INDIAN FILMS AND
FILM WORLD
1976

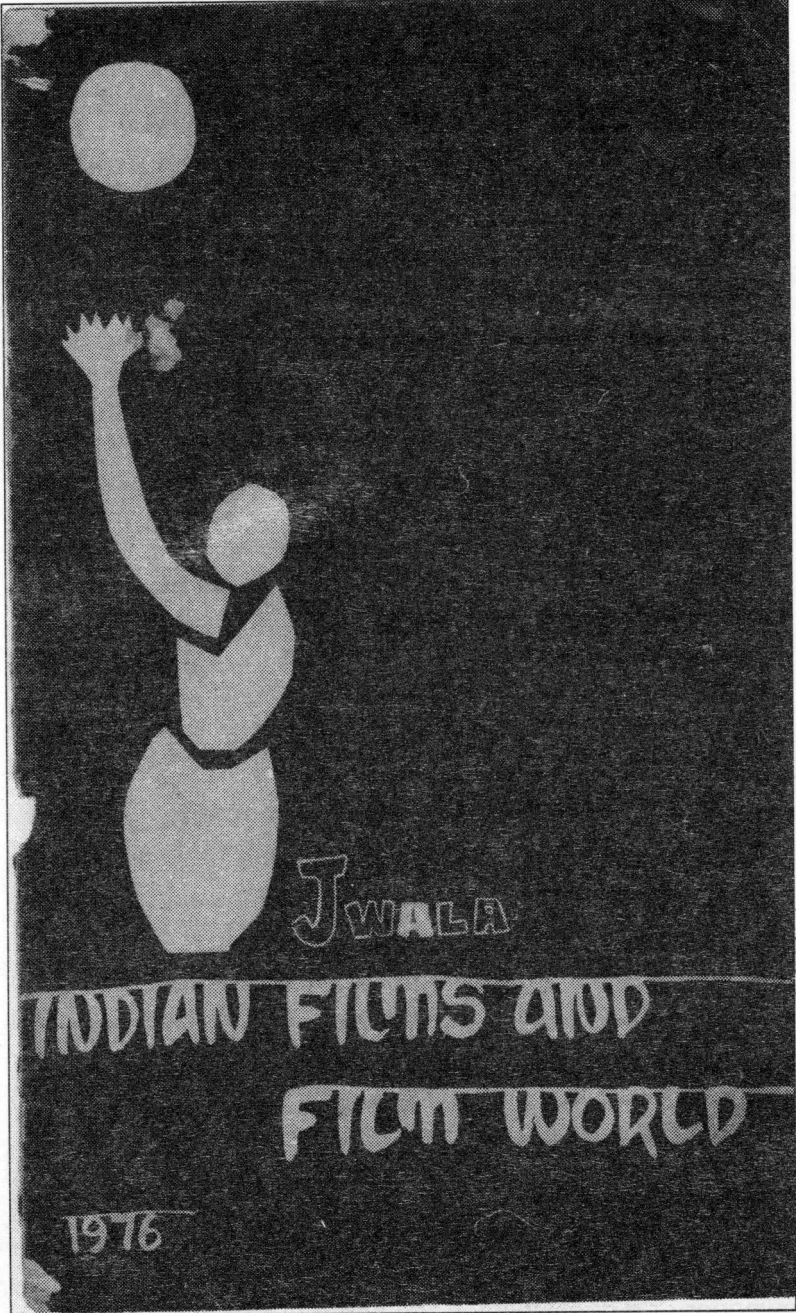

The persistent absurdity

Thu. Ramamurthy

In the early 1930s, I used to see silent films from the North featuring Master Vittal. In every one of these pictures there will of course be a hero (Master Vittal in all cases) a heroine (Zebunissa, Madhuri or somebody else) and a villan. Master Vittal was a modern Robin Hood. Throughout the picture there would be fights between him and the villain who would have an army of goondas at his command, because the villain in the picture would always be a cruel Rajah, Prince or Zamindar. Fighting single handed, the hero would always prove more than a match for his adversaries, who though armed to the teeth, Master Vittal's leaps from building to building which would make even hanuman look a novice in the art, his jumps from the top of a building to the ground, always with a safe landing, his backward jumps form the ground to the top of even fortresses from where he would laugh at his enemies had simply to be seen to be believed.

What is the position of the Indian film now after fifty years?

In the Hindi and Tamil films at least I still see film heroes fighting the film villains and their hired goondas single handed and making them run helter skelter all the time.

The Indian cinema has not only not got over the initial absurdity of the silent films, it has actually acquired several other absurdities as well.

The hero of the silent days was dumb. The present day hero not only shouts at the top of his voice but sings as well. He may be a bank clerk in the film, a taxi driver or a business magnate's son. Whatever he is, he must be capable of singing! Thus qualification is absolutely necessary for the heroine also whether she is a rickshaw- walla's daughter, a municipal sweeper or a sophisticated tee nagar. And what is more, the hero and heroine must sing duets in a public park and also dance one or two numbers. Assuming all sorts of absurd postures, prancing about, chasing each other, rolling on the ground and generally making perfect asses of themselves is what is called dancing.

Are all these absurdities tolerated by the picture goers? Of course they are. The average Indian picture goer actually revels in them. The rickshawallah in the audience, for example, gets a big kick when he sees his matinee idol acting as a rickshawalla in the film, living in a house which will be beyond the means of an upper middly class man in the city, dressing himself in corduroy pants and terline slack and making love to the shophisticzted daughter of the richest man in town.

What is the remedy?

The audience pays hard earned cash only to gulp down all the absurdities that are shown on the screen. The discerning few are in a microscopic minority and they give a wide berth to these films. Only Balachander in Tamil films appears to have had the courage to exercise some of the devils plaguing the Tamil film but his is a lone voice in the wilderness. The others are still wallowing in the quagmire because they know that only these absurdities are money spinners. Unless and until the censor takes up his long scissors and cuts out the absurdities mercilessly as he cuts out the scenes of violence and sex there can be no salvation for the Indian film.

We recently saw some old Tamil films of the 30s and 40s and how refreshing they were! And why? The reason is clear. They were made for a restricted and more intelligent audience. The post independence cinema is more democratic and has all the defects inherent therein. The average cinegoer of to-day also needs a shock treatment. He needs a real kick on the bottom for paying money to swallow all the trash that is doled out to him in the name of entertainment.

A GUIDE TO ENJOYING INDIAN FILMS
SUJATHA

I see a lot in Indian films and have developed a knack of enjoying them. It comes after years of practice. The cynics would say that you have to suspend all your values and sensibilities, and lower your intelligence to that of a Cuckoo clock to enjoy Indian films. My formula is simple. Do not compare. Leave your Kurasowas, Goddards and Antonionis at home. Treat Indian films as a separate class by themselves. You will certainly enjoy them.

In Europe , I saw a Bergman film without subtiles. I will neve do that again. In London I saw a Polanski film with Mastrioanni. The film appeared to have hidden meanings. Meaning must have been hidden very cleverly; the heroine was naked most of the time.

On the other hand, my friend, the pleasant world of Indian films. There is no cerebrations here. There is no experimenting. The Indian film. Is a consumable like tooth paste. It has a limited existence, a limited purpose. After all why should they experiment? What do they get if they experiment? Half a column of praise by an anonymous film critic and perhaps a walk to the President of India to receive a clumsy trophy. The film? It languishes, I always take a few of my friends whenever I go to these experimental films, agoraphobia. Here are some simple tips to enable you to enjoy the majority of Indian films. Book early and to late. The advertisement films are to be avoided like poison. You have seen them all. Select an aisle seat. It is to easily walk out for a smoke or you know what (avoid the toilets during the intermission).

Relax. Brother, our theatres are much more comfortable than the European rat holes. Anticipate songs. Yes you will have songs giving you respite from the story. I never miss these pleasant R.D.Burmanesque islands with their exotic melodies and electronic music. Don't bother about the meanings in Hindi films unless you are M.A.in Urdu. But there are some words which can be Pleasantly anticipated. Zulf, Ishuq, Mohabbat, Pyar, Sahar... you know the rest of them. There is slight hazard in Bangalore theatres; if it is a hit song they feed it to about a dozen speakers spread all over the theatre... be ready with some kind of ear muffs.

Dances: They usually are visual treats Lush in colour and nimble in feet. Enormous amount of back ground talent in singing, Choreography and split second cutting can be detected here. You can see an occasional flash of thighs and a generous amount of bosom in these sequences-much better, I must say, than total nudity but which leaves nothing to the imagination. The more philosophical among you can concentrate on one of those out of focus girls and ponder their lives.

Photography : will be usually pleasing to the eye, You can see a lot of primary colours, Observe particularly the mythologicals. Observe particularly the mythological. Our Gods have various hues. It is rather interesting to observe how the interior and the exterior photography are connected. Often you would find the hero running from a summer day's exterior in Kashmir into a Bombay interior set-shot with are lamps in midnight.

Background score: Violins predominate. You can classify easily. Hero's mother praying music, Car chase music, suspense music, beginning of love music, club dance3 music... usually all local.

Screen play: Usually the screen play will have a spontaneous development-ofter suggesting that each scene was written just a minute before the shooting. Everything will be explained. You can, with practice, fore-tell the cliches. If the hero is in a precipitous hill and is about to fall, you can say, he is not going to fall. If the heroine is for a change wearing a saree, you know she is goon going to be raped.

Director: Usually is character is unnoticeable in Indian films. But occasionally you will find the Director's efforts interfering with the general run. If you can avoid these directors, it is better. If unavoidable, concentrate little and you can detect their idiosyncracies and anticipate them. This adds a new enjoyment. You can then classify the Hrishikesh Mukerjis, Gulzars, Sippys, Bala chanders and Puttanna Kangals.

Actors: Dharmendra is Dharmendra. He is nobody else. Same with most of the others. They are not actors – they are stars.

Actresses: do.

The end: Usually you will have a stomachy feeling that you could better have spent those Rs. 4/- on a good book. Don't worry it will vanish.

Forget this film and prepare yourself for the next film.

The following additional notes pertain to Regional films.

Tamil films: Usually the audio will be very loud. The remedy! Take on finger, any finger form each ear, your ear. The level of sound should now be alright. Get used to two faces – MGR & Shivaji Ganeshan. They are pernnial. You can't avoid them. You have a choice of heroines but mark you, they are generously endowed. The shots will be usually horizontally composed. All the actors face the camera so that you have no difficulty identifying them. If you are of a literary type, you can enjoy lines from old Tamil classics in impossible and incongruous situations. There will always be a mother in the story.

Kannada films: Get used to Raj kumar. There will be at least one song on the glories of Kannada Nadu. If you are allergic to shrill female voices, avoid kannada movies. The play back singers usually register a super Soprano. There is a team of young directors producing some slow realistic stuff, avoid.

Telugu films: Get used to Nageswara Rao or N.T. Rama Rao. All other heroes look like the two Rao's. Obscure mythological stories can be expected (a war between Krishna

& Anjuneya). The family theme will be dominant. Rice fields will always be shown. Hero At least once will be wearing the Dhoti-traditional Andhra Style. Atleast someone will be smoking Cheroots.

Malayalam : jesudas and Adoor Bsai cannot be avoided. Two more perennials Madhu & Prem Nazir; Jayabharathi is buxom.... You can see a lot of coconuts as the heroines do not wear saris. The lyrics will be rich, sad and sanskritical. Kissing is allowed between girls. Psychological themes and scripts written by IAS officers are not uncommon; Hero and heroine do not touch each other and if they do-boy!

Now who says Indian films are bad?

Now is the time....

Arthur Pais

Now is the time to make lean-budget and sober movies in Tamil; movies which are sensible. Authentic, realistic; movies which are short and gripping. The success of several lean-budget, off beat Kannada, Hindi and Bengali movies (like - "Chomana Dudi", "Garam Hawa", "Ankur". etc.) should pro,mpt us here to do something which is much better than the average Tamil cinema.

The success of several low-budget films in other languages has shown us that a small but definite audience wants to patronize movies which are devoid of the usual navel gyration, gaudy songs, books plus violence. One doesn't have anything against the formula movies; one doesn't grudge movies like "Dus Numbri" and "Uththaman" becoming hits. We aren't living in a totalitarian state to dictate the taste to people. But at the same time let us try making films which are realistic and, this is very important, enjoyable. There films, since they are 'shot' on a shoe-string budget would recover their investment in around six/eight weeks time.

But an important item one should remember. The makers of little cinema/new wave cinema/ artistic films, don't know where to stop. And this makes their movies rather long, dull and not so enjoyable. Take for instance "27 down", an interestingfilm done by Awatar Kaul. This film did (according to its budget) reasonable and helpful business, thanks to a decent performance by Raakhee. However, it went on and on and on. The director didn't know how to terminate the story. If only "27 down" wasn't so long and brooding, it would have become a bigger success.

Another film which suffered because of its excessive length is late Shailendra's "Teeseri Kasam" (1971) which had Raj Kapoor and Waheeda Rehman. This film was based on a short-long story, and it would have been made just 90 minutes long Subsequently, in morning shows, it picked but not in such a way to help its producers widow.

Even the much vaunted Hindi film by M.S. Sathyu, "Garam Hawa" had any number of scenes which could have been easily eliminated. The so called new cinema ought to learn how to make gripping movies. Why should we make every new wave/art film go so slow? We ought to tell our editors to be more active with their scissors. Nothing fails like excess, it is wisely observed.

Tamil cinema

Randor guy

For over forty years films are being made in Tamil, and quantity-wise the performance can perhaps be called praise-worthy, deserving pats on the back. But what of the quality? Over the years many cans of exposed cinematography film have rolled out of studios, in those days in poona, Kolhapur, Bombay, Calcutta, and the, in Madras, Coimbatore, Salem and elsewhere. How far can these productions be called movies... and how far can these be called cinema? Or are they mere films and nothing more? Films ...movies cinema.... Is there any distinction? Or is it mere quibbling? One is tempted to ask! How far can Tamil films be rated in terms of cinema?

A film has been defined as anything recorded on chemically treated celluloid strips while a movie is a film that moves! Cinema, of course, is understood to be something that touches the realms of art, something that contributes to culture and to better human understanding. Into what category do our Tamil films fit in?

To any casual observer of Tamil films, it is evident that our films suffer form what is known as the 'dictatorship of the proscenium arch', In other words, our films are yet to throw away the shackles of the stave. One need not waste much ink and ideas to realize the reason for this strangle-hold. Most of our directors, screen-Writters, and artistes have come from stage and its influence seems to be ingrained into their very genes! Not surprisingly, most Tamil films are static, stilted, stagy and appear to be what has been described as photographed stageplays, or, as Alfred Hitchcock would say, "a collection of photographs of people talking, talking, and talking!" This indeed, can never be cinema...

Take any average Tamil film. Very often there is no story and if there is, it is very thin and practically invisible. Unfortunately a mere collection of incidents is mistaken to be a story. Even this string of incidents runs on familiar lines and falls into a certain number of pigeon holes. The ultimate result being the film itself turns out to be a Hotch-Potch of Cliches! May be many of them have clicked at the box office. But then, monetary success has very little to do with quality. Especially in a country where average filmgoer is an illiterate, or what is worse, semi-literate.

A film is Vasically a visual medium and should be told with visuals or pictures, whereas in Tamil films it is told with dialogue. 'Words, words, words' – as Shakespeare would put it. The Chinese say that a picture is worth a thousand words. But in Tamil films it seems to be the other way around. The predominance of dialogue in telling the story is a relic of the stage and it is indeed a pity that even in 1976, this relic is carried on almost with religious fervor. Happily there have been some exceptions, like K. Balachander's AVAL ORU THODAR KATHAL. The climax sequence played out at the wedding house where we hear only the soul-filling music of Nadhawaram and not the dialogue, is pure cinema- something rarely seen in Tamil films. How one wishes to have more movies of this kind.

It is indeed lamentablethat most Tamil film-makers are yet to learn the creative use of camera. We see, week in and week out, the blinding pyro-technics of zooming forwards and backwards, and the puerile usage of the poor wide-angle lens. Such childish tricks do not make cinema. Certainly not...!

Composition of shots, blocking of shots. Spatial arrangements of artistes – all these again ted to be highly stagy. Lengthy 'takes' during which the actor and actress talk away like blazed, often shouting his or her lungs out is yet another feature of Tamil films. As one of our senior camera- men put it, "we do not make movies, We make talkies, sorry, talkatives" I think he has more than a point there....

The frame is often held static while characters enter from one side and exit from the other just like they do on the stage. The movements, if any, are restricted within the set. One very rarely sees in our films artistes doing anything silently. They even talk to themselves like they used to on the stage during the days of queen Elizabeth I. What a far cry from cinema, My mind goes back to the opening sequence in David Lean's "GREAT EXPECTATIONS" where the first word in the movie is spoken only towards the end of the first reel. Instances of this kind can be multiplied, but.....

The basic fault seems to be a lack of understanding of what is cinema. There are quite a few differences between the stage and the cinema and these have to be understood before the faults can be rectified. It has not yet been fully realised in the Tamil world that cinema is a director's medium and not the artistes'.

The director's has to depend on the screen-writer unless he happens to be both in which case he becomes the 'auteur' (in italics). Most of our screen-writers are sadly lacking in the knowledge of screenplay-writing which is reflected in their creations which resemble more a stageplay, full of words, speeches, orations and the like. Effective use of silence, giving bits of 'business' to the artistes are totally absent in the screenplay and naturally, the director is not able to improve on what is essentially not a screenplay at all in the real sense of the term! I would strongly appeal to all our screenplay-writers to make a thorough study of the medium, its potential, its nuances, so that they will be able to create pure cinema.

Apart from the above, Tamil films tend to be un-realistic, over-acted, over-written, and therefore, fail to create the real impact of cinema. Underplaying plays a great part in cinematic art but this has not been understood yet. Exaggeration of every kind is splashed across each and every frame of the film. If the quality of Tamil films is to improve, this should go... And one wonders when it will be...

I am sure, the Tamil film makers have their own theories and answers to the above remarks, and they tend to blame it on the audience. As they say, the audience gets the film it deserves Happily, the taste of our audience is changing. Perhaps due to the influence of better class films in English Malayalam and other languages today, the average Tamil film-goar is more knowledgeable than his counterpart fifteen years ago.

This, in my opinion, is the main reason for many of the Tamil films today failing miserably even at the box-office. He is no longer carried away like before, by mere marquee names. He now picks and chooses and expects more than mere words and wild gesticulations. This is a blessing and let us hope that it is the beginning for the everage. Tamil film to shed its shackles, come out of the dungeon an reach up on its toes to breath the fresh air of cinema.

I

18, SARASWATPUR
DHARWAR-2
11th July 1976

Dear friends of Jwala,

 Please accept my apologies for this long delay in replying to your letter of 15 June. But I have been away from Dharwar for the last few weeks and have only just returned to find your letter on my table.

 It's indeed kind of you to have asked me to write an article for your Souvenir. I wish I could, but have to leave within the next few days for a shooting stint in Bombay, which makes the present stay rather hectic. Thank you nevertheless for asking me.

 It is very exciting to know that a group like Jwala is being formed for making low-budget, artistic films. My good wishes - as indeed the good wishes of any one interested in good films - go with you.

 With warmest regards to you all.

Your's sincerely,
Girish Karnad.

ஜெயபாரதி

JAYANAGAR
BANGALORE-560 011

Dear Sir,

I thank you for your letter dated 26-6-1976 informing me about the Souvenir you proposed to bring out on "Indian Films and Indian Film World".

Just now I am leaving for Bombay for a fortnight. I will be able to send you the article during the first week of August.

Please let me know if the same suits your convenience.

Thanking you,

Yours affectionately,
B. V. Karanth

JAYANAGAR
BANGALORE-560 011

Dear Sir,

I acknowledge with thanks for the receipt for your letter dated 26th July '76 congratulating me on my winning the Best Picture Award in this year's National Film Awards and I would like to take this opportunity to thank you Immensely for the same.

Regarding the Article, I had an idea of writing it but due to heavy Commitments, I could not write the same and send it you. And also I am not very familiar with writing articles. May I request you to kindly prepare an article about my Film, since you are the better judge.

However I am sending my Photograp along with this letter.

I once again thank you for the sentiments expressed by you.

Thanking you,

Yours Sincerely,
B. V. Karanth

Dr. Dadabhoy Naoroji Road
Bombay-1

22nd June, 1976

Dear Mr. Jayabharathi,

Thank you for your kind letter asking me to write an article for your Souvenir. But I regret to state that owing to the tight writing schedule of the Weekly I have to follow, I find it difficult to undertake any other writing assignment. In the circumstances I hope you will understand if I say 'No'. It was, however, nice of you to write to me.

Yours sincerely,

Khushwant Singh
Editor,
The Illustrated Weekly of India